இரட்டைமலை சீனிவாசனின் மத நிலைப்பாடு

கோ. ரகுபதி

இரட்டைமலை சீனிவாசனின் மத நிலைப்பாடு

கோ. ரகுபதி

தடாகம்

இரட்டைமலை சீனிவாசனின் மத நிலைப்பாடு

◆ தொகுப்பாசிரியர் : கோ. ரகுபதி ◆ உரிமை : தொகுப்பாசிரியருக்கு ◆ முதற்பதிப்பு : ஜனவரி 2019 ◆ நூல் வடிவமைப்பு : மெய்யருள்

Rettaimalai Srinivasanin Matha Nilaipaadu

◆ *Author - Ko.Ragupathi*(C) Author ◆ First Edition - Janary 2018

Published by Thadagam, 112,Thiruvalluvar Salai,
Thiruvanmiyur, Chennai 600041

Phone : +91- 44 - 4310 0442 | +91 - 89399 67179
www.thadagam.com ◆ info@thadagam.com
ISBN: 978-93-88627-04-7
INR : 100.00

காணிக்கை
இரட்டைமலை சீனிவாசன்

பொருளடக்கம்

முன்னுரை
இரட்டைமலை சீனிவாசனின்
மத நிலைப்பாடு : கோ. ரகுபதி   09

இரங்கோன் சுயதேக்கன் கோபுர சரித்திரம்
இரட்டைமலை சீனிவாசன்   39

பின்னிணைப்புகள்

1. புத்த பகவான் ஸ்தௌத்யப் பத்து கீர்த்தனைகள்
   A.P. பெரியசாமிப் புலவர்   71

2. ஆதிதிராவிடர் ஒற்றுமைக்கு ஆபத்து   83

3. பௌத்த நூற்பட்டியல்   85

முன்னுரை

இரட்டைமலை சீனிவாசனின் மத நிலைப்பாடு

கோ. ரகுபதி

மதங்களின் வரலாற்றில் அவை உதித்தல், உதிர்தல், ஊடுருவல், உள்ளிருத்தல் போன்ற நிகழ்வுகளைத் தனிப்பட்ட நபர்கள் அல்லது குழுக்களின் நம்பிக்கைகள் மட்டுமன்றி சமூகப் பண்பாட்டுக் காரணிகளும் அரசியல் பொருளாதாரமும் தீர்மானிக்கின்றன. புனிதம், தீட்டு என்ற கற்பனைக் கோட்பாடு, புராணக் கதைகள் ஆகியனவற்றை அடித்தளமாகக் கொண்டு இயங்கும் இந்துமதப் படிநிலைச் சாதியச் சமூகத்திலிருந்து விடுதலைபெறத் துடிக்கின்ற சாதிகள் அரசியல் பொருளாதாரச் செயல்பாடுகளோடு மதங்கள் சார்ந்த நிலைப்பாடுகளையும் கைக்கொள்கின்றன. இவற்றில் இரண்டு வகைகள் இருக்கின்றன. 1) பார்ப்பனிய இந்துமதத்தை ஆதரித்தல் 2) அதைப் புறக்கணித்து மாற்று மதத்தைத் தழுவுதல். படிநிலைச் சாதியமைப்பை ஆதரிப்பவர் ஆரிய இனக்குழுவின் அசமத்துவ நால்வருணத்தில் சத்திரியன், வைசியன், சூத்திரன் ஆகிய மூன்றில் ஏதாவதொரு அடையாளத்தைப் பிடிப்பதற்கு பார்ப்பனிய இந்துமதத்தை ஏற்கின்றனர். படிநிலைச் சாதியமைப்பைப் புறக்கணிப்பவர் சாதி, பாலினப் பாகுபாடின்மை, சுதந்திரம், சமத்துவம் போன்ற கோட்பாடுகளைக் கொண்டிருக்கும் மதங்களைத் தழுவுகின்றனர். தங்கள் மீது இழிவுகளைச் சுமத்தியது பார்ப்பனிய இந்து மதம் என உணரும் தலித்துகளிடம் அதிலிருந்து வெளியேற வேண்டுமென்ற புகைச்சல் இருக்கிறது. மதமாற்றம் தலித்துகளுக்கு சிறைக் கொட்டடியிலிருந்து விடுபடும் ஆகப்பெரும் சுதந்திர உணர்வைக் கொடுக்கிறது; அதனால் அது பெருங்கொண்டாட்டமாக நிகழ்கிறது. இதனால் அவர்கள் கிறிஸ்துவம், இஸ்லாம், பௌத்தம் ஆகிய மதங்களைத் தழுவுகின்றனர். பௌத்தத்தைத் தலித்துகள் தேர்ந்தெடுப்பதற்கான காரணத்தை வீ.சித்தார்த் என்ற பெரியார்தாசனின் கூற்று தெரிவிக்கிறது. "பவுத்தத்தில் சாமியில்லை — சடங்கு இல்லை — சாதி இல்லை — மாயம்

இல்லை — மந்திரம் இல்லை — பூஜை இல்லை — பிரார்த்தனை இல்லை — எல்லாவற்றுக்கும் மேலாய் தனியுடைமைச் சுரண்டல் இல்லை — இவைகளில் எதுவொன்றிருப்பினும் பவுத்தமில்லை". அவ்வாறென்றால் பௌத்தத்தில் இருப்பதுதான் என்ன? மேலும் சித்தார்த் கூறுகிறார்:

"பவுத்தத்தில் அன்பு உண்டு — அறிவு உண்டு — சமத்துவம் உண்டு — சமதர்மம் உண்டு — ஒழுக்கம் உண்டு — இரக்கம் உண்டு — வீரம் உண்டு — விவேகம் உண்டு — இவைகளில் எதுவொன்று இல்லாததும் பவுத்தமில்லை".[1]

இந்தக் கோட்பாட்டை விரிவாக எடுத்துரைத்ததோடு அதுவரை நிகழ்ந்துவந்த இந்துமதத்தை உதறிவிட்டு கிறிஸ்துவம், இஸ்லாம் ஆகிய மதங்களைத் தழுவும் போக்கை இந்து மதத்துக்கு எதிராகத் திட்டமிட்ட பகிரங்கமான போராட்டமாகவும் பௌத்தம் ஏற்பதை இயக்கமாகவும் மாற்றினார் அம்பேத்கர். அவர் கண்டெடுத்த பௌத்தம் உட்பட இதர சிந்தனைகள் உயிர்ப்புடன் இருப்பதைக் கண்ட இந்துத்துவம் டிசம்பர் 06 அன்று பாபர் மசூதியை இடித்து முஸ்லீகளுக்கும் இந்துக்களுக்கும் மோதலை ஏற்படுத்துவதனூடாக அம்பேத்கரின் சிந்தனைகள் அழித்தொழிக்க எத்தனித்தது. இந்த முயற்சியில் இந்துத்துவம் தமிழகத்தில் தோற்றது. அதற்குச் சில அடிப்படைக் காரணங்கள் உண்டு. 1) அம்பேத்கரின் பௌத்தச் சிந்தனையும் அவருடைய நூற்றாண்டு விழாவும் 2) அயோத்திசாரின் தமிழ்ப் பௌத்தச் சிந்தனைகளைக் கண்டெடுத்தல் 3) அம்பேத்கரை தென்னாட்டுப் பெரியார் எனக் காணும் சுயமரியாதை இயக்கம், இடதுசாரி, முற்போக்கு இயக்கங்கள் அவருடைய சிந்தனைகளை ஆதரித்தல். இவற்றின் காரணமாகப் பௌத்தம்தான் தலித்துகளை விடுவிக்கும் என்ற எண்ணம் ஆழமாக வேரூன்றியது.

அம்பேத்கர் நூற்றாண்டு விழாவையொட்டி தமிழகத்தில் தலித்துகள் தொடர்பான விவாதம் கூர்மையானது. இந்தக் காலகட்டங்களில் தமிழகத்தின் தெற்கு மாவட்டங்களில் சந்திரபோசு, ஜான்பாண்டியன், பசுபதிபாண்டியன், கிருஷ்ணசாமி, வடக்கு மாவட்டங்களில் தொல்.திருமாவளவன், மேற்கு மாவட்டங்களில் அதியமான் போன்ற தலைவர்களின் தலைமையில் தலித்துகள் தீவிரமாகச் செயல்பட்டனர். தலித்துகள் மீது இடைநிலைச் சாதிகள் ஏவிய வன்முறை, இதற்குத் தலித்துகளின் பதிலடி என இவ்விரு பிரிவினருக்கும் ஏற்பட்ட பகைமைக் கொதிப்பு விளைவித்த மோதலால் 1990களின் தமிழகத்தில் இரத்தக்கறை படிந்தது. இந்த மோதல் அறிவுத்தளத்திலும் எதிரொலித்தது. தலித் இலக்கியமும்,

1. அம்பேத்கர், புத்தரும் அவர் தம்மமும், வீ. சித்தார்த்தா (எ) பெரியார்தாசன் (மொ.ர்) (சென்னை: அம்பேத்கர் பவுத்த ஆய்வு மையம், 1996).

ஆராய்ச்சிகளும் தீவிரப்பட்டன. இவற்றைப் படைக்கும் தகுதி யாருக்கு உண்டு? தலித்துகளுக்கா? தலித்தல்லாதோருக்கா? என்ற விவாதம் சூடானது. இந்தப் போக்குகளில் மதம் குறித்த விவாதமும் தலைதூக்கியது. இந்து மதத்துக்கு எதிராகப் பௌத்தம் முன்வைக்கப்பட்டது. அம்பேத்கரின் "புத்தமும் அவர் தம்மமும்" நூலின் தமிழ் மொழியாக்கம் (1996)[2], அயோத்திதாசரின் சிந்தனைத் தொகுப்புகள் (1999)[3] ஆகியன வெளியிடப்பட்டன. இவை பௌத்தம் குறித்த உரையாடலைக் கூர்மையாக்கின. அம்பேத்கரின் பௌத்தம் தழுவுதலானது இந்து மதத்தின் சாதி, தீண்டாமைக்கு எதிரான போராட்டமென்றால் அயோத்திதாசரின் தமிழ்ப் பௌத்தமானது அதைத் தலித் வரலாறாக மாற்றியது. தலித் எழுத்தாளர்கள் ஏபி. வள்ளிநாயகம் எழுதிய "நாங்கள் இந்துக்கள் அல்லர்: பவுத்தர்கள்"[4] டி. தர்மராஜனின் "நான் பூர்வ பவுத்தன்" ஆகிய நூற்கள் வெளியாயின.

பார்ப்பனரல்லாதோர் தரப்பிலும் இந்துமத எதிர்ப்பு உருவானது. தொ. பரமசிவன் "நான் இந்து அல்ல நீங்கள்" என்ற குறுநூலை வெளியிட்டார். நாட்டுப்புறவியல் ஆய்வாளர்கள், ஆரிய ஆகம விதிகள் செயல்படுத்தப்படும் கோயில்களும் வெகுமக்களின் நாட்டார் தெய்வங்களும் அடிப்படையில் முரணானவை என்ற கருத்தை எடுத்துரைத்தனர். இந்தக் கருத்தாக்கம் மார்க்சிய ஆய்வாளரான வானமாமலை சிந்தனைப் பள்ளியைச் சேர்ந்த ஆ. சிவசுப்பிரமணியம், ந. முத்துமோகன், நா. ராமச்சந்திரன், ஞா.ஸ்டீபன் போன்றோரிடம் வலுப்பெற்றன. இங்கே நாம் ஊன்றி கவனிக்க வேண்டியதானது ஒரே வகைப்பட்ட தெய்வங்களைத்தான் அயோத்திதாசர் சிந்தனைப் பள்ளியினர் பௌத்தம் என்றும் வானமாமலை சிந்தனைப் பள்ளியினர் நாட்டார் தெய்வங்கள் என்றும் கூறினர். க.நெடுஞ்செழியன் அதை ஆசீவகம் எனக் கூறுகிறார். இந்தப் பள்ளியினர் இந்து மதத்தை மறுக்கும் புள்ளியில் இணைகின்ற போதிலும் அவர்களுக்குள் முரண்பாடு ஏற்பட்டது. வானமாமலை சிந்தனைப் பள்ளியினர் பெரியாரிய, மார்க்சியவாதிகள் ஆவர். தலித் அறிஞர் சிலர், அயோத்திதாசரின் கருத்துக்களைக் "களவாடினார்",

---

2. அம்பேத்கர், புத்தரும் அவர் தம்மமும்.

3. அயோத்திதாசர் சிந்தனைத் தொகுதிகளைத் தொகுத்து வெளியிட்டவர் ஞான. அலாய்சியஸ். இதை வெளியிடுவதில் முன்னின்றவர் பாளையங்கோட்டை தூய சேவியர் கல்லூரியில் பணியாற்றிய அருட்சகோதரர் ஜெயபதி. இருவரும் தலித்தல்லாத சாதியைச் சேர்ந்தவர்கள். இந்தத் தொகுப்பை தங்களால் வெளியிட இயலாமல் போய்விட்டதே எனத் தலித் பதிப்பாசிரியர்கள் சிலருக்கு வருத்தமும் ஏக்கமும் உண்டு.

4. ஏ.பி. வள்ளிநாயகம், நாம் இந்துக்கள் அல்லர் பௌத்தர்கள் (மதுரை: ஜீவசகாப்தன் பதிப்பகம், 2011), ப.44; பவுத்தம் ஓர் அறிமுகம் (மதுரை: ஜீவசகாப்தன் பதிப்பகம், 2011).

அவரைப் "பெருந்திரையிட்டு மறைத்தார்", "நாத்திகம் சீரழிவை விளைவித்தது' எனப் பெரியாரைத் தாக்கினர்; காரல் மார்க்ஸின் சிந்தனைகளைப் "பெருங்கதையாடல்" எனக் கேலி செய்தனர். இவை அந்த முரண்பாட்டுக்கு அடிப்படைக் காரணமாகும்.

அயோத்திதாசர் சிந்தனைப் பள்ளியினரின் பெரியார் எதிர்ப்புக்குப் பதிலடியாக பெரியாரியவாதியான தலித் எழுத்தாளர் ஏபி. வள்ளிநாயகம் இந்துத்துவம் வேரறுக்கும் உயிராயுதம் எனத் தொடர்க் கட்டுரையைத் தலித் முரசு இதழில் எழுதினார். அயோத்திதாசர், பெரியார், காரல்மார்க்ஸ் போன்றோர் இணையும் புள்ளிகள் பல இருப்பினும் அவற்றை அப்போது எடுத்துரைக்கவில்லை; இதை அண்மையில் ந. முத்துமோகன் செய்தார்.[5] தலித், பிற்படுத்தப்பட்ட சாதியினர் சிக்கலை ஆந்திரர்களின் அனுபவத்தில் உணர்ந்த காஞ்சா அய்லையா "நான் ஏன் இந்து அல்ல" நூலில் தலித், பகுஜன் பண்பாட்டு ஒற்றுமைக் கூறுகளை எடுத்துரைத்து தலித்மயமாக்கலை முன்வைத்தார். தமிழகத்தில் மேற்குறிப்பிட்ட சிக்கல்களால் பிற்படுத்தப்பட்ட சாதியினர் நாட்டார் தெய்வங்களையும் தலித்துகள் புத்தரையும் தூக்கிப்பிடித்தனர். இதனால் தலித்துகள் என்றால் பௌத்தர்கள்; பௌத்தர்கள் என்றால் தலித்துகள் என்ற ஒற்றை அடையாளம் மேலோங்கியது. பாமரர்களிடமும் படித்தவர்களிடமும் பட்டணங்களிலும் பட்டிக்காடுகளிலும் தலித்துகள் என்றால் பௌத்தர்கள் எனக்கூறும் நிலைமை உருவானது.[6] இவ்விடத்தில், தலித்துகளையும் பிற்படுத்தப்பட்ட சாதிகளையும் இணைத்த மையப் புள்ளியை இழந்ததைச் சுட்டிக் காட்ட வேண்டும். இவ்விரு பிரிவினருக்கும் இடையே முரண்பாடு இருந்தபோதிலும் பார்ப்பனியத்துக்கு எதிரானப் போராட்டத்தில் அவர்களை ஒன்றிணைக்கும் புள்ளியாகப் பெரியார் இருந்தார். பிற்படுத்தப்பட்ட சாதியினர், தலித்துகள் மீது தீண்டாமையைக் கடைபிடிப்பது தவறு என்ற எண்ணத்தையும் பெரியாரின் சுயமரியாதை இயக்கம் ஏற்படுத்தியது. இன்று இந்துத்துவமாகப் பார்ப்பனியம் மாறியுள்ள நிலைமையில் அதை எதிர்த்து தலித்துகளும் பார்ப்பனரல்லாதோரும் போராடுகின்றபோதிலும் அவர்களை இணைப்பதற்குப் பெரியார் போன்ற ஆளுமை இல்லாததால் பெரும் வெற்றிடம் உருவாகியுள்ளது. இதனால் மேற்குறிப்பிட்ட

---

5. ந.முத்துமோகன், இந்தியத் தத்துவங்களும் தமிழின் தடங்களும் (சென்னை: நியு செஞ்சுரி புக் ஹவுஸ், 2016), நூலில் பகுதி 2, ஏழாவது இயலில் விளக்குகிறார்.

6. இந்த நிகழ்வுப் போக்கில் அவர்கள் மறந்துவிட்ட ஒன்று உலகமயம் எனப்படும் மறு காலனியம். இது குறித்த விவாதங்களையும் போராட்டங்களையும் இடதுசாரி இயக்கங்கள் முன்னின்று நடத்துகின்றன. இதில் தலித்துகளும் தலித்தல்லாதோரும் பங்கேற்கவில்லை. சமீப காலங்களில் அதில் மாற்றம் ஏற்பட்டுள்ளது என்பதையும் மறுப்பதற்கில்லை.

இரண்டு போக்குகளுக்கும் எதிரானச் செயல்பாடுகள் அந்தந்தச் சாதியினரிடத்திலிருந்தே தோன்றின. நாட்டுப்புறத் தெய்வங்களை இந்துமதமெனக் கருதும் பிற்படுத்தப்பட்ட சாதியினர் இந்துத்துவத்தை ஆதரிக்கின்றனர்.

தலித், பௌத்தம் ஆகிய அடையாளங்களை ஏற்கமறுத்து இந்து மதச் சாதி அடையாளத்தை முன்னிறுத்தும் குழுக்கள் தலித்து களிடம் உருவாகின. திருநெல்வேலி மாவட்டம் மீனாட்சிபுரம் கிராமத்தில் 1980களில் பள்ளர்களின் இஸ்லாம் மதமாற்றத்துக்குப் பின்னர் அவர்கள் மீது வன்முறையை ஏவுதல், தனக்குள் உள்ளிருத்தல் ஆகிய இரண்டு திட்டங்களையும் இந்துத்துவம் மேற்கொண்டது. தேவேந்திரர்கள் மீது இடைநிலைச் சாதியினர் ஏவிய வன்முறையில் முக்கியப் பங்காற்றிய[7] அதேசமயம் தேவேந்திரர்களை தனக்குள் இருத்தும் வேலையையும் இந்துத்துவம் செய்தது. இதேகாலகட்டங்களில் அந்தச் சமூகத்தைச் சேர்ந்த தேவஆசிர்வாதம் "வேளாளர் யார்?" (1981), "பள்ளர் அல்ல மள்ளர் ஆம் மன்னர்" (1991), "தமிழ் மூவேந்தர் மரபினரான தேவேந்திரர் வீழ்ச்சி" (1998), "மூவேந்தர் யார்" (2002) ஆகிய நூற்களை வெளியிட்டு தேவேந்திரர் சாதியில் "நாம் சேர, சோழ, பாண்டிய மன்னர் பரம்பரையினர்" என்ற கருத்தை விதைத்தார்.[8] பிற்காலச் சோழர்கள் இந்துமதத்தை வளர்த்ததால் தேவேந்திரர்களும் தங்களை இந்துக்களாக உணர்ந்தனர். இந்துமன்னர் பரம்பரை வரலாறும், இந்துத்துவத்தின் முயற்சியும் இயல்பாகக் கைகோர்த்தன. இந்தப் பின்புலத்தில் அந்தச் சாதியைச் சேர்ந்த அறிஞர் சிலர் அம்பேத்கர், தலித் அடையாளங்களைப் புறக்கணித்தனர்; இந்து தேவேந்திரர் அடையாளத்தைப் பரப்பினர். தலித், பௌத்தம் குறித்துப் பேசிய சிலரும்கூட தற்போது அதைக் கைவிட்டனர். இன்று தேவேந்திரர் சாதியினரில் பலரும் இந்துத்துவ அமைப்புகளோடு கைகோர்க்கின்றனர். அருந்ததியர் சாதியைச் சேர்ந்தோர் தங்களைப் பௌத்தத்தோடு உறவு பாராட்டினர். சாக்கிய வம்சத்தைச் சேர்ந்தோர்தான் 'சக்கிலியர்' ஆனர் எனக் கூறினார். ஆனால் பின்னர் அடுத்தக் கட்டத்திற்கு இந்த ஆய்வு நகரவில்லை. சக்கிலியர் தொடர்பான அயோத்திதாசரின் கருத்துகள் அருந்ததியர் மக்களிடத்தில் வெறுப்புணர்ச்சியை உண்டாக்கியதால் அவரைப் புறக்கணிக்க வேண்டும் என்ற கருத்தை அந்தச் சமூக அறிஞர்கள் பரப்பினர். இதனால் அம்பேத்கரைப் பின்பற்றி அவர்களிடம் ஏற்கனவே இருந்த பௌத்த மதப்பற்று தாக்குதலுக்கு உள்ளானது.

---

7. கோ. ரகுபதி, 'தலித் மீதான வன்முறையில் இந்துத்துவம்', புதுவிசை (ஏப் - ஜூன், 2009), பக். 31 – 36.

8. தேவ ஆசீர்வாதத்தின் நூற்கள் இராமதேவன் பதிப்பகம் என்ற பெயரில் தஞ்சாவூரிலிருந்து வெளியிடப்பட்டன.

அவர்களில் சிலர் இந்துத்துவ அமைப்புகளோடு கைகோர்த்தனர். எனவே பௌத்தத்தைப் பறையர்கள் மட்டும் பற்றிக் கொண்டனர்; அவர்கள் இந்துத்துவத்தின் பிடிக்குள் சிக்கவில்லை.

தலித், தமிழ் பௌத்தம், இந்து தேவேந்திரர், அருந்ததியர் ஆகிய அடையாளங்களை முன்னிறுத்தியவர்கள் தங்களுக்குள் முரண்பட்ட போதிலும் அவர்கள் ஒன்றிணைந்த புள்ளி பெரியார் பகுத்தறிவு, பொதுவுடைமை எதிர்ப்பு ஆகும். இவற்றினூடாகப் பகுத்தறிவு, நாத்திக, பொதுவுடைமை இயக்கங்களுக்கும் தலித்துகளுக்கும் இருக்கின்ற அரசியல் உறவை அறுக்கின்றனர். இவர்கள் அந்தந்தச் சாதிகளில் கல்வி, பொருளாதாரம் ஆகிய நிலைமைகளில் வலுவானர்கள். இவர்கள் கடந்தகால வரலாற்றைப் பேசுவதை இழிவாக உணர்வதால் "பொற்கால" வரலாற்றைத் தேடுகின்றனர். பல வகையான சிந்தனைப் போக்குகள் தலித்துகளிடம் இருந்தபோதிலும் அவர்கள் அனைவரையும் பௌத்தம் அல்லது இந்து என ஒற்றைக் கூட்டுக்குள் அடைக்கின்றனர். அயோத்திதாசர் சிந்தனைத் தொகுப்புகள் வெளியிடப்பட்ட இரண்டு மாதங்களுக்குப் பின்னர் இரட்டைமலை சீனிவாசனின் ஜீவிய சரித்திர சுருக்கம் நூல் வெளியிடப்பட்டபோதிலும்கூட அவருடைய சிந்தனை விவாதப் பொருளாக மாறவில்லை. இதற்கு முக்கியக் காரணம் அவர் பௌத்தத்தை ஏற்க மறுத்ததே. மிகநீண்ட இடைவேளைக்குப் பின்னர் "திவான் பஹதூர் இரட்டைமலை சீனிவாசன் ஜீவிய சரித்திர சுருக்கம்"[9] மறுபதிப்பு செய்யப்பட்டது. அவருக்கும் சுயமரியாதை இயக்கத்துக்கும் இருந்த உறவை அறுப்பதோடு அவரைச் "சைவ"ச் சிமிழுக்குள் அடைக்கும் முயற்சியும் நடைபெறுகிறது. எனவே, இரட்டைமலை சீனிவாசன் மதம் குறித்து என்ன நிலைப்பாட்டைக் கொண்டிருந்தார்? பௌத்தத்தை ஏன் மறுத்தார்? தலித் விடுதலையை அடைவதற்கு என்ன உத்தியைக் கையாண்டார்? சுயமரியாதை இயக்கம் குறித்து அவருடைய கருத்து என்ன?

பௌத்தமும் தலித்துகளும்

தனி நபர்களை அவர்கள் வாழ்ந்த காலச்சூழல்களினூடாக அறிந்துகொள்வது அவசியம். பிரிட்டிஷ் — இந்தியாவில் மதங்களின் வரலாற்றைக் காண்பதன்வழி இரட்டைமலை சீனிவாசனின் மதம் தொடர்பான நிலைப்பாட்டைக் காணலாம். தங்கள் ஏகாதிபத்திய ஆட்சியை நிலைத்திருக்கச் செய்வதற்காகப் பிரிட்டிஷ் ஆட்சியாளர்கள் சாதி, மதங்களை ஆராய்ந்தனர். இதை ஏற்கனவே அவர்கள் செய்த போதிலும் அதை வேலூர்க் கலகம் (1806), சிப்பாய்க் கலகம் (1857) ஆகியன துரிதப்படுத்தின. இந்தக் கலகங்கள்

9. இந்த நூல் தலித் இதழிலும் (மே-ஜூலை, 2002), பக். 43 - 62, வே.பிரபாகரன் எழுதிய இரட்டைமலை சீனிவாசன் வரலாறு என்ற நூலிலும் (2003) வெளியிடப்பட்டுள்ளது.

இந்தியாவின் சாதி, மதக் கட்டமைப்பில் பிரிட்டிஷ் ஏகாதிபத்தியம் தலையிடக்கூடாது என்ற நிலைமையை ஏற்படுத்தியபோதிலும் அதை அவர்கள் மக்கள் தொகைக் கணக்கெடுப்பினூடாகச் செய்தனர். இதில் இந்தியர்களை இந்து, இசுலாம், கிறிஸ்துவம் என்ற மூன்று மதங்களின் வகைமைக்குள் அடக்கினர். இந்தப் பணியை 1871ஆம் ஆண்டு முதன்முறையாகச் செய்தபோது

> "இந்துக்கள் தங்களை சைவம், வைணவம், லிங்காயத் என்ற மதங்களின் வகைப்பாட்டில் பதிவு செய்தனர்"

எனத் திருச்சிராப்பள்ளி மாவட்டக் கையேடு கூறுகிறது. அந்தக் கணக்கெடுப்பின்போது அந்த மாவட்டத்தில் சுமார் 143 பௌத்தர்களும், பெரம்பலூர் தாலுக்காவில் மட்டும் சமணர்கள் இருந்தனர். இந்தப் பிரிவுகளுக்குள் அடங்காத சிலர் "இதரர்" எனப் பதிவு செய்யப்பட்டனர். அந்த மாவட்டத்தில் இந்துக்களில் பெரும்பான்மையோர் வன்னியர், வெள்ளாளர், பறையர் சாதிகளைச் சேர்ந்தோர் ஆவர்.[10] அவ்வாறென்றால் பௌத்தர்களில் தலித்துகள் அடக்கமா? அந்தப் பௌத்தர்கள் யார்? என்ற கேள்விகளுக்கு விடையில்லை. 1911ஆம் ஆண்டு மக்கள் தொகைக் கணக்கெடுப்பில்,

> "...பௌத்த மதத்தார்களெல்லாம் தங்களைப் பிரத்தியேகமாகக் கணக்கெடுக்கும்படி தெரிவிக்கலானார்கள்"

எனத் திராவிடாபிமானி பத்திரிகை பதிவு செய்தது.[11] ஆனால் பௌத்தர்களைத் தனியாகக் கணக் கெடுக்கவில்லை. இங்கு முக்கியமாகக் கவனிக்க வேண்டியதானது மக்கள் தொகைக் கணக் கெடுப்பானது சைவம், வைணம், லிங்காயத் என ஒன்றுக் கொன்று முரண்பட்டும் அல்லது இணக்கமாகவும் இருந்த மதங்களின் பன்மைத்துவத்தை அழித்து இந்து என்ற ஒற்றைக் குடைக்குள் அடைத்ததையாகும்.[12] இந்தக் கணக்கெடுப்பானது சாதி, மத இயக்கங்களிடம் தாங்கள் "யார்?" என்ற அடையாள உணர்வையும் உரையாடலையும் தூண்டியது. பிரிட்டிஷ்—இந்திய ஆட்சியாளர்கள் மக்களை வகைப்படுத்திய அதே காலகட்டத்தில் தான் ஐரோப்பியர்கள் பௌத்தத்தை உயிர்ப்பித்தனர். பிரிட்டிஷ்—

10. Lewis Moore, *A Manual of the Trichinopoly District in the Presidency of Madras* (Chennai: Tamil Nadu Archieves, 1998, First Edition 1878), pp. *101-102*

11. திராவிடாபிமானி பத்திரிகையில் வெளியான இந்தச் செய்தி, பிழைக்கும் வழி (ஜூன், 1911, ப. 306) இதழில் மறுபதிப்பு செய்யப்பட்டது.

12. மக்கள் தொகைக் கணக்கெடுப்பில் (குறிப்பாக 1921, 1931) இந்து, இசுலாம், கிறிஸ்துவம், இதர என வகைப்படுத்தப்பட்டுள்ளது. இதர என்பதில் எவையெல்லாம் அடக்கப்பட்டது எனத் தெரியவில்லை.

இந்திய ஆட்சியாளர்களுக்கும் பௌத்த மதத்தை உயிர்ப்பித்த ஐரோப்பியர்களுக்கும் இடையில் ஏதேனும் உறவு இருந்ததா? என்ற கேள்வி இவ்விடத்தில் முக்கியத்துவம் பெறுகிறது; ஏனென்றால், மதங்களின் வளர்ச்சி அரசாங்கம் மூலமும் நிகழ்கிறது, எனவே இது ஆய்வுக்குரியது.

இன்றைய நவீன நேபாளம் லும்பினியில் பிறந்து வளர்ந்த கௌதம புத்தர் தோற்றுவித்த பௌத்தம் இந்தியாவில் மட்டுமின்றி இதர ஆசிய நாடுகளுக்கும் பரவியது. இந்தியாவில் உதிர்ந்த பௌத்தத்தை மீட்டுருவாக்கம் செய்த ஐரோப்பிய அறிஞர்களைத் தன் நூலில் ப. ராமஸ்வாமி பட்டியலிடுகிறார்.[13] அவர்களில் டேவிஸ் ரைஸ் முக்கியமானவர். இவருடைய “பௌத்தம்”, “பௌத்த இந்தியா” ஆகிய இரு நூற்கள் குறிப்பிடத்தக்கவை. ஹெர்மன் ஓல்டன்பர்க், ரைஸ் டேவிட்ஸ் ஆகியோர் இணைந்து சில பௌத்த நூற்களை எழுதினர். ஹெர்மன் ஓல்டன்பர்க் ஜெர்மன் மொழியில் எழுதிய புத்தர் வரலாறு 1882ல் ஆங்கிலத்தில் வெளியானது. இந்தியர்களில் சரத் சந்திர தாஸ், சதீஷ் சந்திரா வித்யா பூஷன், தர்மானந்த கோசாமி, ராகுல் சாங்கிருத்தியாயன் எனப் பலர் பௌத்த நூற்களை வெளியிட்டனர். இந்தப் பெயர்கள் அவர்கள் பார்ப்பனர்கள் எனத் தெரிவிக்கின்றன. இத்தகையச் செயல்பாடுகளின் விளைவால் கல்கத்தாவில் 1892ஆம் ஆண்டு பௌத்த நூல் கழகம் நிறுவப்பட்டது.[14] இந்த அமைப்புக்கும் தமிழகத்தில் தலித்துகளிடம் உருவான பௌத்தச் சங்கச் செயல்களுக்குமான ஒற்றுமை, வேற்றுமை, அவைகளின் இலக்கு போன்றவற்றை அறிவது அவசியம். இந்தக் காலத்தில் தமிழகத்தில் பௌத்தத்தின் மீது பார்ப்பனர் உட்பட சாதி இந்துக்களுக்கு ஈர்ப்பு ஏற்பட்டது. சி.வி. சுவாமிநாத அய்யர், பி.எஸ்.இராமசுப்பையர், அ. மாதவையர், உ.வே.சாமிநாதையர், திரு வி.கல்யாணசுந்தர முதலியார், டாக்டர் எஸ். ராதாகிருஷ்ணன் போன்றோர் வெளியிட்ட பௌத்த நூற்கள் இதற்குச் சாட்சி.[15] பார்ப்பனர்களின் பௌத்தப் பற்றுக்கான காரணத்தைச் சக்ரவர்த்தினி பத்திரிகை வெளிப்படுத்துகிறது.

“கவுதம சாக்கிய முனி என்ற ஶ்ரீ புத்தரை ஆரியவர்த்தத்திலே

---

13. வின்ஸெண்ட் பாஸ்போல், கோஸ்மா டி கோராஸ், ஹாட்க்ஸன், யூஜன் பர்னோப், ஹெர்மான் ஓல்டன்பர்க், கர்னல் ஆல்கட், எச்.கெர்ன், ரைஸ் டேவிட்ஸ், அவருடைய மனைவி, சி.எ.எஃப். ரைஸ் டேவிட்ஸ், சால்மெர்ஸ், வில்லியம் கெய்கர், உட்வர்ட், இ.ஹார்டி, இ.பி.கோவெல், ஸாமுவெல் பீல், கே.இ.நியுமென், மாக்ஸ் வாலெஸ்ஸர், ஸில்வெயின் லெவி, ஷெர்பட்ஸ்கி போன்ற பிறநாட்டு அறிஞர்கள் பௌத்த நூல்களை வெளி உலகுக்குக் கொண்டு செல்வதில் முக்கியப் பங்காற்றினர். ப.ராமஸ்வாமி, பௌத்த தருமம், பக். 217 - 220.

14. ராமஸ்வாமி, பௌத்த தருமம், பக். 217 - 220.

15. அந்தக் காலத்தில் வெளியான பௌத்த நூற்கள் தனியாகப் பின்னிணைப்பில் உள்ளன.

அவதரித்த மஹான்களுக்குள்ளே தலைமை வகுப்பைச் சேர்ந்தரென்பதாக இவ்வுலகத்துப் பண்டிதர்களெல்லாம் ஒரே மனதுடன் ஒப்புக்கொள்கிறார்கள். இத்தகைய மஹாத்மாவால் ஸ்தாபனம் செய்யப்பெற்ற பவுத்த மார்க்கமானது நமது பாரத...[16]விட்டு நீங்கிவிட்டதென்றபோதிலும் வெளித்தேசங்கள் பலவற்றிலே அங்கங்கிருந்த பழைய மதங்களை வென்று பெருமை பெற்றுத் திகழ்கின்றது".[17]

பகுத்தறிவு, பாகுபாடின்மை, சமத்துவம் போன்ற கோட்பாட்டின் காரணமாக பறையர் கொண்டாடும் பௌத்தத்தைப் பார்ப்பனர் சிலாகிப்பது வியப்பானது அல்ல. ஏனென்றால் படிநிலைச் சாதியை உருவாக்கியவர்களும் அவர்களே! அதற்கெதிராகப் போராடிய வர்களும் அவர்களே!. ஆக்கியவர்களும் பார்ப்பனர்களே! அழிப் பவர்களும் பார்ப்பனர்களே! எல்லாம் அவாளின் திருவிளையாடலே! தமிழகத்தில் பௌத்தம் உயிர்ப்பிக்கப்பட்ட அந்தக் காலத்தில் திராவிட மதம் என்ற கருத்தாக்கத்தை கா. அலர்மேல்மங்கை மூன்றாவது சைவ மஹா சங்கத்தில் முன்வைத்தார்.

"ஆரிய மதமோ மநுஷஜாதியரை வேறு வேறாகப் பிரிக்கும். திராவிட மதமோ ஒன்று சேர்க்கும்..."

எனக்கூறிய அவர்,

"இனியாவது திராவிடர்கள் ஓர் வகுப்பாரை மட்டும் சிறப் பிக்கும் ஆரிய மதத்தை விட்டு ஜாதி சமயபேதமின்றிச் சகலருமே சமத்துவமாய்ப் பாரட்டக்கூடிய திராவிட மதத் திற்குத் திரும்புவதற்கு எல்லாம் வல்ல இறைவன் அருள் புரிவாராக"

எனப் பேசினார்.[18] பார்ப்பனர்களும் பார்ப்பனரல்லாத ஆதிக்கச் சாதியினரும் பௌத்தம், திராவிட மதம் ஆகியவற்றைச் சிலாகித்த போதிலும் அவற்றை மதநிறுவனமாக வளர்க்கவில்லை; அதற்கான தேவை அவர்களுக்கு இல்லை. இதற்கு முரணான நிலை தலித்து களிடம் உருவானது.

அவர் சைவர் அல்லர்

தலித்துகளிடம் அவர்களின் விடுதலையை இலக்காக்

---

16. ...இந்த இடத்தில் ஒரு வார்த்தை செல்லரித்துவிட்டது அது 'நாட்டை' என்ற வார்த்தையாக இருக்கலாம்.

17. சக்ரவர்த்தினி (பிப்ரவரி, 1906), ப.145.

18. கா.அலர்மேல்மங்கை அம்மாள், திராவிட மதம் (பாளையங்கோட்டை: பெத்தாச்சி பிரஸ், 1914), பக். 37 - 38.

கொண்டு நிகழ்ந்த மதம் சார்ந்த உரையாடலானது பார்ப்பனர், பார்ப்பனரல்லாத ஆதிக்கச் சாதிகளைப் போல் சிலாகித்தலாக அல்லாமல் அதைத் தழுவுதலாக இருந்தது; இதன் காரணமாக அவர்களுக்குள் முரண்பாடும் ஏற்பட்டது. காலனியாட்சிக் காலத்தில் செயல்பட்ட தலித் தலைவர்களில் ஒருவரான அயோத்திதாசர் பௌத்தச் சங்கத்தோடு இணைந்து செயல்பட்டார்; அதைப் பரப்பினார் என்பது பலரும் அறிந்தது. மற்றொரு முக்கியத் தலைவரான இரட்டைமலை "சீனிவாசன் இறுதிவரை சைவ மரபோடு தன்னைப் பொருத்திக் கொண்டார்"[19] என ஸ்டாலின் ராஜாங்கம் கூறுகிறார். இந்துமதத்தை உதறிவிட்டு வேறுமதத்தைத் தழுவ வேண்டுமென அம்பேத்கர் அறிவித்தபோது

"இந்துக்கள் அனுசரிக்கும் நாலு வர்ணங்களிலொன்றிலேனும் சேர்ந்திராததால் தாழ்த்தப்பட்டோர் இந்துக்கள் அடக்கத்திலில்லை"

என இரட்டைமலை சீனிவாசன் கூறினார்.[20] தலித்துகள் இந்துக்கள் அல்லர் என்பது இரட்டைமலை சீனிவாசனின் நிலைப்பாடு. அவர் வாழ்ந்த காலத்திலேயே இந்துமதத்தில் கலந்த சைவத்தோடு தன்னைப் பொருத்தினரா?

"அநேக முக்கியமான ஆலயங்கள் ஆதி திராவிட சமூகத்தைச் சார்ந்த பெரியோர்கள் தகனமான இடத்தில் கட்டப்பட்டன.."[21]

எனக்கூறும் அவர் அவற்றை "சைவக்" கோயில் என உரிமை கோரவில்லை. ஜீவிய சரித்திர நூலில் "சாம்பான்" என்ற பெயரைக் குறிப்பிடும் அவர் அதைச் சைவ மரபோடு பொருத்தவில்லை. இதுவரை கிடைத்துள்ள ஆவணங்களில் இரட்டைமலை சீனிவாசன் தன்னை எந்த மதத்தோடும் இணைக்கவில்லை எனவே, அவர் இந்துவும் சைவரும் அல்லர். இனி, இரட்டைமலை சீனிவாசனின் பௌத்தம் குறித்த நிலைப்பாட்டைக் காண்போம்.

பௌத்தத்தோடு பிணக்கு

தமிழகத்தில் பௌத்தத்தைப் பரப்பிய பிளாட்வாஸ்கி, ஆல்காட் ஆகியோர் 1880களின் தொடக்கத்தில் அயோத்திதாசர், இரட்டைமலை

---

19. இரட்டைமலை ஆர். சீனிவாசன், ஸ்டாலின் ராஜாங்கம், ப.16.

20. வே. பிரபாகரன், இரட்டைமலை சீனிவாசன் வரலாறு, ப.45.

21. மேலது, ப.43.

சீனிவாசன் ஆகியோருடன் நட்பு கொண்டனர்.[22] முன்னவர் இருவரும் பௌத்தத்தைத் "தாழ்த்தப்பட்ட சமூகத்தில் நுழைக்கத் தொடங்கியதால்" மதமாற்றம் "சமூகத்தில் பிரிவினையுண்டாக்கும்" எனக் கருதி அதை இரட்டைமலை சீனிவாசன் எதிர்த்தார்.[23] "சமூகப் பிரிவினை" என்ற ஊகம் மட்டும் பௌத்த மறுப்புக்குக் காரணமாக இருக்க இயலாது ஏனென்றால், அவர் 'ஊகத்தால் மட்டும் முடிவு எடுக்கும் ஆளுமை அல்லர்'. நீலகிரியில் பணியாற்றிய காலத்தில் "தீண்டாமை என்பதை எப்படி ஒழிப்ப தென்னும் கவலை எனக்குள் ஓயாமலிருந்தது" எனக் குறிப்பிடும் இரட்டைமலை சீனிவாசன்

> "1890ஆம் ஆண்டு சென்னைக்கு வந்து 'பறையன்' என்போரை இதர ஜாதியாரைப்போல் மேல் நிலைக்குக் கொண்டுவந்து மதிக்கும்படி செய்வதெப்படி என்று மூன்று வருடமாய் பல ஆராய்ச்சிகள் செய்தேன்"

எனக் கூறுகிறார்.[24] அதற்காக அவர் சென்னையிலிருந்து தெற்குத்திசை நோக்கி புகைவண்டியிலும் நடந்தும் பல இடங்களில் கள ஆய்வு செய்தார். ஆராய்ச்சி மூலம் முடிவெடுக்கும் பண்பு கொண்ட இரட்டைமலை சீனிவாசன் ஊகத்தால் பௌத்தத்தைப் புறக்கணிக்க நிச்சயம் வாய்ப்பு இல்லை. அதற்காகவும் அவர் ஆராய்ச்சி செய்தது திண்ணம். இதற்குச் சாட்சி 120 ஆண்டுகளுக்கு முன்னர் இரட்டைமலை சீனிவாசன் எழுதிய இரங்கோன் சுயதேக்கன் கோபுர சரித்திரம்[25] நூல்.

இந்துமதப் படிநிலைச் சாதியின் தீண்டாமைச் சிறையிலிருந்து தங்களை விடுவித்துக் கொள்ள பௌத்தம் தழுவல் குறித்து தலித்துகள் உரையாடினர். அயோத்திதாசர் தலைமையில் சிலர் பௌத்த ஆதரவு நிலைப்பாட்டை எடுத்தனர். கர்னல் ஆல்காட்டுடன் நிகழ்ந்த உரையாடலைத் தொடர்ந்து 1898ஆம் ஆண்டு அவர் தன்னுடன் பி.கிருஷ்ணசாமியையும் அழைத்துக் கொண்டு கொழும்புக்குப் பயணித்தார்.[26] தமிழ்ப் பௌத்தம் குறித்து அயோத்திதாசர் தான் நடத்திய தமிழன் பத்திரிகையில் எழுதினார்; நூல் வெளியிட்டார்.[27]

---

22. ஞான.அலாய்சியஸ், தமிழ் பௌத்தம்: ஒரு நவீன சமுதாய இயக்கம், மணற்கேணி (ஜனவரி - பிப்ரவரி, 2012), ப.41; வே.பிரபாகரன், இரட்டைமை சீனிவாசன் வரலாறு, ப.45.

23. திவான் பஹதூர் இரட்டைமலை ஸ்ரீனிவாசன், தலித் (மே - ஜூலை, 2002), ப.59.

24. மேலது, ப.46.

25. இந்தப் பௌத்தக் கோயில் இன்றும் இருக்கிறது. கோயிலின் புகைப்படம், அது குறித்த தகவல்கள் வலைதளத்தில் காணலாம். இரட்டைமலை சீனிவாசன் 120 ஆண்டுகளுக்கு முன் கள ஆய்வு செய்த கோயில் இன்றும் இருப்பது முக்கியமான வரலாற்றுச் செய்தி.

26. ஞான.அலாய்சியஸ், தமிழ் பௌத்தம்: ஒரு நவீன சமுதாய இயக்கம், ப.41.
27. க.அயோத்திதாஸப் பண்டிதர், புத்தரது ஆதிவேதம் (சென்னை: கௌதம வச்சியந்திர சாலை, 1912).

பௌத்தச் சங்கத்தைச் சேர்ந்தோரும் எழுதினர். அவர்களில் ஏ.பி.பெரியசாமி புலவர் குறிப்பிடத்தக்கவர். இவர் பௌத்தத்தைப் போற்றி குறு நூல் வெளியிட்டார்[28] இதில் பூலோகவியாசன் பத்திராதிபர் பூஞ்சோலை முத்துவீர நாவலர், மஹாவிகட தூதன் பத்திராதிபர் சுவாமிக்கண்ணு புலவர் ஆகியோரும் எழுதினர். அயோத்திதாசர் மறைந்த பின்னரும் அவருடைய வழித்தோன்றல்கள் பௌத்தம் குறித்து அவர் எழுதிய நூலை வெளியிட்டனர்.[29] இந்தப் பிரிவினரைப் பௌத்தச் சிந்தனைப் பள்ளி என வரையறை செய்யலாம். இது அன்றைய காலங்களில் வலுவாக வேரூன்றியது.

இரட்டைமலை சீனிவாசன் பௌத்தச் சிந்தனைப் பள்ளியின் மீது பற்றற்று இருந்தார். தலித்துகளில் ஒரு பிரிவினர் பௌத்தத்தைப் பற்றிக் கொள்கிறபோது அது குறித்து அறியாமல் எதிர்க்கக் கூடாது என்ற முடிவை இரட்டைமலை சீனிவாசன் எடுத்திருக்கலாம். பௌத்தத்தை அறிவதற்காக அயோத்திதாசர் கொழும்புக்குச் சென்றபோது இரட்டைமலை சீனிவாசன் பர்மாவுக்குப் பயணித்தார். இது குறித்து அவர் எழுதிய ஜீவிய சரித்திரச் சுருக்கம் நூலில் எந்தப் பதிவும் இல்லை. இரங்கோன் சுயதேக்கன் கோபுர சரித்திரம் நூலிலிருந்துதான் அறிய முடிகிறது. இந்நூல் 1899ஆம் ஆண்டு வெளியானது. நூலின் முகவுரையின் இறுதியில் இடது பக்கத்தில் இரங்கோன் ஜூலை 1..1899 என இடமும் தேதியும் உள்ளன. 1..க்குப் பின்னர் உள்ள எண் செல்லரித்துவிட்டது அது 10 முதல் 19ஆம் தேதிக்குள் இருக்கலாம். “இஃது இரட்டைமலை ஸ்ரீநிவாசம் அவர்களால் இயற்றப்பட்டு” என முன் அட்டையில் உள்ளதால் முகவுரையின் இறுதியில் வலது பக்கத்தில் இருக்கும் “இ.ஸ்ரீ” என்பது இரட்டைமலை சீனிவாசன் என்பது விளங்கும். இந்த நூல் 1899 செப்டம்பர் 22 அன்று சென்னை ஆவணக் காப்பகத்தில் பெறப்பட்டதை அதில் பதிக்கப்பட்டுள்ள முத்திரை தெரிவிக்கிறது. ஜூலை மாதம் இறுதியில் அல்லது ஆகஸ்ட் மாதத்தில் அந்த நூல் வெளியானது எனலாம். இது “சென்னை: மதராசு ரிப்பன் அச்சியந்திரசாலையில் பதிப்பிக்கப்பட்டது”.

பௌத்தத்தின் தீண்டாமை

இரட்டைமலை சீனிவாசன், “இரங்கோன் சுயதேக்கன் கோபுர சரித்திரம்” நூல் எழுதுவதற்காக எழுதப்பட்ட ஆவணங்களை

28. ஏ.பி.பெரியசாமிப் புலவர், புத்தபகவான் ஸதௌத்யப் பத்து (சென்னை: பூலோகவியாஸன், 1910).

29. க.அயோத்திதாஸப் பண்டிதர், திரிவாசகம் (கோலார்: ஸ்ரீ சித்தார்த்தா புத்தக சாலை, 1927).

ஆதாரமாகக் கொண்டதோடு பர்மாவுக்குச் சென்று கள ஆய்வும் செய்தார். 'உள்ளதை உள்ளவாறு விவரித்தல்' என்ற வரலாறு எழுதும் முறையியலைப் பின்பற்றி அந்த நூலை எழுதினார். ஆசிய நாடுகளில் பௌத்தர்களிடம் முக்கியத்துவம் பெற்றிருக்கும் அந்தக் கோபுரம் குறித்தத் தவறான எண்ணங்களை நேர்செய்தலே நூலின் நோக்கம் எனக் கூறுகிறார். உண்மையில், அதுதான் அவருக்கு நோக்கமா? அவருடைய உண்மையான நோக்கம் வேறு என்பதை அந்த நூல் தெரிவிக்கிறது. கடவுளின் தோற்றம், ஸ்தல புராணம், கோயில் அமைப்பு என ஆன்மீகம் தொடர்பான தகவல்களை மட்டும் கோயில் ஆராய்ச்சியாளர் எழுதும் முறைக்கு மாறாக, இரட்டைமலை சீனிவாசன் ஆன்மீகத் தகவல்களோடு சுயதேக்கன் கோபுரத்தை மையப்படுத்தி சமூக, அரசியல், பொருளாதாரம், போர் வரலாற்றை எழுதியுள்ளார். இந்நூலின் முதல் பக்கத்தில் சுயதேக்கன் கோபுரத்தின் கட்டமைப்பைக் கூறுகிறார். இரண்டாவது பக்கத்தில் கோயிலடிமைகள் தலைப்பில் கோயில் படிகளில் நிகழும் வியாபாரத்தை விவரிக்கும் அவர், பௌத்த மதத்தைப் பின்பற்றும் பிரமர்கள் கோயிலடிமைகளைக் "கீழ் ஜாதியாக"க் காண்பதையும் இழிவாகக் கருதுவதையும் விவரிக்கிறார். தீண்டாமை, காணாமை, உரையாடாமை, பெண் கொள்ளாமை, கொடுக்காமை என அவர்கள் மீது சுமத்தப்பட்ட சமூகக் கொடுமைகளை எடுத்துரைக்கிறார். கோயிலடிமைக்கும் பிரமருக்கும் மணவுறவு நிகழ்ந்தால் ஏற்படும் பின்விளைவுகளைக் கூறுகிறார்:

> "கோயிலடிமையின் பெண்ணைச் சாதாரண பிரமனொருவர் விவாக... செய்வானாகில் அவனும் கீழ்ஜாதியாகக் கவனிக்கப் படுவது மல்லாமல், அவனுக்கு முன்னொரு தாரமிருந்து அந்தத் தாரம் பெற்றப் பிள்ளைகளிருப்பின் அவர்களும் கீழ் ஜாதியாக மதிக்கப்படுவார்கள்".[30]

சாதி மறுப்புத் திருமணங்களால் ஏற்படும் சமூக விலக்கம், கௌரவக் கொலை இன்னபிறவற்றுக்கும் இதற்கும் வேறுபாடு ஏதேனும் இருக்கின்றவா? கோயிலடிமைகள் குறித்து இரட்டைமலை சீனிவாசன் மேலும் விவரிக்கிறார்:

> "கோயிலடிமைக்குப் பிறந்த ஒருவன் எவ்வளவு ஐசுவரியனாகவும் யோக்கியனாகவும், மற்ற பிரமர் குடியிருக்கும் வீடுகளுக்கு மத்தியில் அவன் வசித்தாலும், எவர்களும் அவனை நேசியார்கள். கண்டு பேசார்கள். அவனைக் கண்டவுடன் சிலர் முகத்தை மறுபக்கத்தில் திருப்பிக் கொள்ளுவார்கள்."

30. இரட்டைமலை ஸ்ரீநிவாசம், இரங்கோன் சுயதேக்கன் கோபுர சரித்திரம் (சென்னை:மதராசு ரிப்பன் அச்சியந்திரச் சாலை, 1899).

இந்தக் கூற்று அவ்வாறே இந்துமதப் படிநிலைச் சாதியமைப்பிலுள்ள "தீண்டத்தகாத" சாதிகளுக்கும் பொருந்தும். கோயிலடிமைகள் உருவானதற்கான புராணத்தையும் இரட்டைமலை சீனிவாசன் கூறுகிறார்:

"இந்தக் கோயிலடிமைகளெப்படி யுண்டானார்களென்றால் மஹாபாதகத்தைச் செய்தவர்கள் தலைமுறை தலைமுறை மட்டும் கோயிலடிமைகளாக விருக்க பௌத்தமத அரசர்களால் தண்டிக்கப்பட்டவர்களின் சந்ததியார்தான் கோயிலடிமை களென்பவர்கள். பூர்வபிறப்பில் மிகதுஷ் கார்யத்தைச் செய்தவர்களே கோயிலடிமைகளுக்குப் பிள்ளை களாகப் பிறக்கிறார்களென்பது பிரமரின் நம்பிக்கை".

இதன் பொருள் கோயிலடிமைகள் பிறப்பு வகைப்பட்டவர்கள் என்பதாகும். இந்தக் கதையை இந்துமதத்தின் புராணங்களோடு ஒப்பிட்டால் மாந்தர்கள்தான் வேறுபடுகிறார்கள் கதை ஒன்றுதான் எனப்புரியும். கோயிலடிமை குறித்து மேலும் அவர் விவரிக்கிறார்:

"பௌத்த கடவுளுக்கு அர்ச்சித்த பதார்த்தங்களைப் பிரமர் உண்பதில்லை. அவைகளைக் கோயிலுக்கப்பால் கொண்டுபோ யெறிந்து விடுவது வழக்கம். அந்தப் பதார்த்தங்களைக் கோயிலடிமைகள் எடுத்துண்பார்கள்".

இரட்டைமலை சீனிவாசன் பார்ப்பனிய இந்துமதப் படிநிலைச் சாதியமைப்பில் "பறையர்" எந்தெந்த ஒடுக்குமுறைகளை அனுபவிப் பதைக் கண்டாரோ அவற்றைத் தானும் அனுபவித்தார்; பர்மாவில் பௌத்தக் கோயிலடிமைகளிடமும் கண்டார். இதை அவருடைய வார்த்தைகளில் காண்போம்.

"பிள்ளைகளிடம் சிநேகித்தால் ஜாதி, குடும்பம், இருப்பிட முதலானவைகளைத் தெரிந்துகொண்டால் அவர்கள் தாழ்வாக என்னை நடத்துவார்கள் என்று பயந்து பள்ளிக்கு வெளியே எங்கேனும் வாசித்துக்கொண்டிருந்து பள்ளி ஆரம்ப மணி அடித்தப் பிறகு வகுப்புக்குள் போவேன். வகுப்பு கலையும்போது என்னை மாணாக்கார்கள் எட்டாதபடி வீட்டுக்கு விரைவாக நடந்து சேருவேன். பிள்ளைகளோடு கூடி விளையாடக் கூடாமையான கொடுமையை நினைத்து மனங்கலங்கி எண்ணி எண்ணி இந்த இடுக்கத்தை எப்படி மேற்கொள்ளுவதென்று யோசிப்பேன்"

என ஜீவிய சரித்திரச் சுருக்கம் நூலில் விவரிக்கிறார்.[31] இத்தகைய நிலைமையைப் பர்மா பௌத்தக் கோயிலடிமைகளும் அனுபவித்ததை சுயதேக்கன் கோபுரம் சரித்திர நூலில் அவர் கூறுகிறார்.

---

31. வே.பிரபாகரன், இரட்டைமலை சீனிவாசன் வரலாறு, பக். 17 - 18.

"அவன் தன்னை மறைத்துக் கொண்டு மற்றப் பிரமரைப்போல் பாவித்துக்காட்டி, வேறொரு ஊருக்குச் சென்று வசிக்கும்போது அவனை அடிமையென்று ஜனங்கள் கண்டுகொண்டால் உயிரை மாய்த்துக்கொள்ளுவதே உத்தமமென்று அவன் எண்ணும்படியாய் மற்ற பிரமர் அவனை நடத்துவார்கள்".[32]

எனவே, பௌத்தக் கோயிலடிமை முறையானது இந்து தீண்டாமைக்கு சமம் என்பதை விளக்கத் தேவையில்லை. தலித்துகள் பௌத்தம் ஏற்க வேண்டுமென்ற விவாதம் நடைபெற்ற காலகட்டங்களில் பர்மாவிலும் மட்டுமல்ல தமிழகத்திலும் பௌத்தர்கள் தீண்டாமையைப் பின்பற்றினர். இந்த நிலைமையை ஆர்.அரிகரம்மையார் குறிப்பிடுகிறார்.

நாங்குனேரி உதவி ஆட்சியர் அலுவலகத்தில் 1870—1871 ஆண்டு களில் பணியாற்றிய புத்தமதத்தைச் சேர்ந்த சம்பத்து ராவ் என்பவர் வள்ளியூர்[33] வள்ளியம்மன் கோயிலின் வெளிப்பக்கத்தில் இருந்த விக்கிரகத்தை பௌத்த மதத்தைச் சேர்ந்த பரிகாரத் தெய்வமெனக் கூறினார். வள்ளி நாயகியோடு சுப்பிரமணியக் கடவுள் இருந்த அந்தக் குகைக் கோயில் புத்தருக்கு உறைவிடமெனக் கூறித் தரிசித்தார். மேலும்,

"அப்பரிவார தேவதையை பஞ்சமர் தீண்டாது சுற்று மண் வைப்பித்து இடையிடை ஆங்கெய்தி வந்தனை, வழிபாடியற்றியும் வந்தனராம்"

எனக் கூறுகிறார்.[34] அவ்வாறென்றால் பஞ்சமர் யார்? பறையர் யார்? தங்களைப் பௌத்தர் எனத் தலித்துகள் கூறுகிறபோது அந்தப் பஞ்சமர் மீது தீண்டாமையைக் கடைபிடித்த பௌத்தர் யார்? என்ற கேள்விகளுக்கான விடையைத் தேடவேண்டும்.

பார்ப்பனிய பௌத்தம்

அயோத்திதாசரின் தமிழ்ப் பௌத்த வரலாற்றின்வழி தலித்துகள் தங்களைப் பூர்வ பௌத்தர் எனக் கூறுவதை வரலாற்றின் ஒரு இடைக் காலம் என இரட்டைமலை சீனிவாசன் கூறுகிறார்.

---

32. இரட்டைமலை ஸ்ரீநிவாசம், இரங்கோன் சுயதேக்கன் கோபுர சரித்திரம்.

33. வள்ளியூர் திருநெல்வேலி மாவட்டத்தில் உள்ளது. இங்கு முன்பொரு காலத்தில் பௌத்தர்கள் வசித்த காரணத்தினால் அது பள்ளியூர் என்றும் பின்னர் சைவர்கள் வசிக்கத் தொடங்கியதால் வள்ளியூர் எனப் பெயர் பெற்றதாகப்படுகிறது என அரிகரமையார் தன் கட்டுரையில் குறிப்பிட்டுள்ளார்.

34. ஆர்.அரிகரம்மையார், 'பாண்டி நாடும் பௌத்தப் பள்ளியும்', சைவ மகா சங்கக் கட்டுரைகள் (பாளையங்கோட்டை: சைவ சபை, 1915), ப.128.

"பௌத்த சமயம் தென் இந்தியாவில் ஏற்படுவதற்கு முன்னும் ஆரிய மதம் பரவு வதற்கு முன்னும் திராவிடர்கள் பூத பிசாசுகளை வணங்கி வந்த வழக்கத்தை..."[35]

என்னும் அவருடைய இந்த வரிகள் பௌத்தத்துக்கு முன் தென் இந்தியாவில் பௌத்தம், ஆரியம் அல்லாத வழிபாட்டு வழக்கம் இருந்ததைப் புரிந்து கொள்ளலாம். பௌத்தம் என்பது "ஆரியவர்த்தத்திலே அவதரித்த புத்தர்" உருவாக்கியது எனப் பார்ப்பனர் கூறியதை இரட்டைமலை சீனிவாசன் ஏற்கிறார். சுயதேக்கன் கோபுர சரித்திரம் நூலில் இதைத் தெரிவிக்கிறார்.

"பௌத்த சமயிகளான க்ஷத்திரிய அரசர்கள்... பிரம தேசத்திற் குடியேறி அரசாங்கமுண்டாக்கி பௌத்த சமயத்தைப் பரவச் செய்து இந்த தேசத்தை பிரம தேசமென்றும் தங்களையும் இத்தேசத்தவரையும் பிரமர் என்றும் அழைத்துக் கொண்டார்... பௌத்த சமயம் இந்து மதத்தினின்று பிரித்தெடுக்கப் பட்டதென்று இந்தியா இதிகாசங்களும் அனேக சரித்திர நிபுணர்களும் முறையிடினும் பிரமர் அதை யெவ்வளவும் ஒப்புக் கொள்ளுகிறதில்லை"[36]

எனக் கூறுகிறார். எனவே, இரட்டைமலை சீனிவாசனைப் பொறுத்தவரையில் பௌத்தம் என்பது 'இந்துமதத்தினின்று பிரித்தெடுக்கப்பட்ட குழந்தை'. அவ்வாறென்றால் தலித்துகளின் மதம்தான் என்ன? "திராவிடர்கள் பூத பிசாசுகளை வணங்கி...' என்ற மேற்கூறப்பட்ட வரிகளையும் அவர் ஜீவிய சரித்திர நூலில்

"இந்துச் சமயவாதிகளென்றும் ஜாதி இந்துக்களும் தமிழ் சமயிகளான தாழ்த்தப்பட்டோரும் ஒரு மதச்சார்பினராவர்"[37]

எனக் கூறுவதையும் இணைத்து வாசித்தால் தலித்துகள், தமிழர், திராவிடர் ஆகியோர் தமிழ்ச் சமயிகள் என்பது அவரின் வரலாற்று விளக்கமென நாம் புரிந்துகொள்ளலாம் இதை அவர் முழுமையாக விவரிக்கவில்லை ஆனால் மதங்களின் வரலாற்றைப் புரிந்த இரட்டைமலை சீனிவாசன் தலித்துகள் பௌத்தர், இந்துக்கள் அல்லர் என்ற முடிவை எடுத்தது இங்கு முக்கியமானது.

பௌத்த சமயிகள் அதிகாரத்தைக் கட்டமைப்பதில்தான் குறியாக இருந்தனர் அவர்கள் நாகரீகத்தை வளர்க்கவில்லை என்று இரட்டைமலை சீனிவாசன் பின்வருமாறு குற்றம் சாட்டுகிறார்:

---

35. இரட்டைமலை ஸ்ரீநிவாசம், இரங்கோன் சுயதேக்கன் கோபுர சரித்திரம், ப. ௩௪

36. மேலது, ப. ௩௫.

36. வே.பிரபாகரன், இரட்டைமலை சீனிவாசன் வரலாறு, ப. 45.

“வடஇந்திய அரசர்கள் இந்நாட்டை யெட்டியபோது இராஜ் ஜியத்தைக் கட்டுவதிலும் பௌத்த சமயத்தை விபரமற்றவிதமாய் போதித்து வருவதிலும் காலங்கழித்து வந்தார்களேயொழிய நாகரீகமற்றுப் பூத பிசாசுகளை வணங்கி...நாதன் என்னும் ஒரு தேவதை இருப்பதாக நம்பி காட்டில் வசித்த இத்தேசத்தவரை விருத்திக்குக் கொண்டு வரவில்லை.”

அதேசமயம் தக்ஷிண பகுதியிலிருந்தும் தென் இந்தியாவிலிருந்தும் அங்குக் குடியேறியவர் நெசவு, விசாயம் போன்ற தொழில்களைப் பிரமருக்குக் கற்றுக் கொடுத்தனர் எனக் குறிப்பிடுகிறார். அதாவது, திராவிடம் பிரமருக்கு நாகரீகத்தைக் கற்றுக் கொடுத்தது; பார்ப்பனிய பௌத்தம் அதிகார வேட்டையில் இருந்தது. இதன் விளைவை அந்நூலின் இறுதியில் விவரிக்கிறார். கடைசிப்படிகள் தலைப்பில்

“...கடைசிப் படிகளுக்குச் சமீபிக்கையில் பிச்சைக்காகப் பிரம யாசகர் ஓடிவந்து காலைப்பிடிப்பார்கள்”...[38]

எனக் கூறுகிறார்.

பௌத்தத்தின் பார்ப்பனிய வரலாறு, தீண்டாமைச் செயல்பாடு, அதிகார வேட்டை ஆகியவற்றால் இரட்டைமலை சீனிவாசன் பௌத்தத்தையும் மறுத்தார். இந்த நிலைப்பாட்டால் அவருக்கும் பௌத்த சிந்தனைப் பள்ளிக்கும் இடையே முரண்பாடு கூர்மையானது. இதைப் பூலோகவியாசன் பத்திரிகையில் உண்மைஞானபறையன் என்ற பெயரில் ஒருவர்

“அவ்வரிய செயலுடைய வருக்குத் தீங்கிழைக்க வுன்னி பறையருக்கு வழக்கமில்லாதவோர் பெயரைப்பூட்டி ஒருவாறு பொருந்தக் காட்டி வீண்குதர்க்கம் புரிந்து தீங்கு செய்தார்கள்”[39]

எனக் குறிப்பிடுகிறார். இது அவருக்குள் பெருத்த நெருடலை ஏற்படுத்தியது என எண்ணத் தோன்றுகிறது காரணம் இந்த நூல் வெளியான (ஜூலை/ஆகஸ்ட், 1899) பின்னர் அவர் 1900ஆம் ஆண்டு லண்டன் செல்வதற்காக இந்தியாவிலிருந்து புறப்பட்டார். அந்த நூலின் தொடக்கத்திலும் இறுதியிலும் பௌத்தத்தின் எதிர்மறையான முகத்தை விளக்குவதனூடாக அது பார்ப்பனிய இந்துமதப் படிநிலைச் சாதியின் அச்சுவார்ப்பு என்பதை இரட்டைமலை சீனிவாசன் எடுத்

38. பௌத்த மதத்தால் பர்மாவில் பெண்களிடம் முன்னேற்றம் இருப்பதாக டி. வீலர் என்பவர் கூற்றை எடுத்துரைத்த சக்கரவர்த்தினி பத்திரிகை இரட்டமலை சீனிவாசன் குறிப்பிட்டிருக்கும் கோயிலடிமை, தீண்டாமை முறை பற்றிக் குறிப்பிடவில்லை.

39. பூலோகவியாஸன் (மார்ச்-1909) ப.85.

துரைக்கிறார். எனவே "இரங்கோன் சுயதேக்கன் கோபுர சரித்திரம்" நூலை அவர் எழுதிய நோக்கம் அதன் வரலாற்றைத் தமிழர்களுக்கு எடுத்துரைப்பதல்ல; மாறாக, தமிழக தலித்துகளிடம் அப்போது நிகழ்ந்த தீவிர பௌத்த உரையாடலில் 'பௌத்தம் பார்ப்பனியத்தின் அச்சுவார்ப்பு' எனக் கூறுவதற்கே என்பது தெளிவு. இவ்விடத்தில் மதம் தொடர்பாக இரட்டைமலை சீனிவாசனின் செயல்பாட்டை கிறிஸ்துவ தலித்துகளின் அனுபவத்தோடு ஒப்பிடுவது அவசியம். கிறிஸ்துவம் விடுதலையைத் தருமெனக் கருதி அதைத் தழுவிய தலித்துகள் பின்னாட்களில் திருச்சபைகளில் தாண்டவமாடிய தீண்டாமையை எதிர்த்து 1920களின் இறுதியிலும் 1930களின் தொடக்கத்திலும் போராடினார். அப்போது அவர்கள் "புலியூருக்குப் பயந்து நரியூருக்குப் போக நரியூரும் புலியூராயிற்று"[40] எனப் பேசினர். இத்தகைய நிலைமைகள் ஏற்படாதிருக்க இரட்டைமலை சீனிவாசன் தலித்துகள் பௌத்தம் தழுவுவதற்கு முன் அதன் எதார்த்தத்தை அறிந்து அதை வேண்டாமென்று தீர்க்கமாக முடிவு எடுத்தார். பௌத்தத்தின் அதிகாரப் பசியின் விளைவை இன்றும் பர்மா என்ற மியான்மார், இலங்கை நாடுகளில் காண முடிகிறது. மியான்மாரில் ரோஹிங்கயா இசுலாமியர்கள் மீது கட்டவிழ்த்துவிடும் வன்முறையால் அவர்கள் அகதிகளாய் நாடு நாடாகச் சுற்றுகின்றனர். இது அன்றைய காலத்தில் பர்மா பௌத்தக் கோயிலடிமைகள் மீது பின்பற்றிய நிலைமையைவிட மிகக் கொடூரமான நிலைமைக்கு வளர்ந்துள்ளதைக் காட்டுகிறது. இதே நிலைமைதான் இலங்கையிலும். அங்குப் பௌத்தச் சிங்களர் தமிழரை முள்வேலிக்குள் அடைக்கின்றனர். இந்தப் போக்குகள் பௌத்தத்தின் பாசிச முகத்தைக் காட்டுகிறது. அம்பேத்கரின் புத்தமும் அவர் தம்மமும் நூலை மொழிபெயர்த்து அதற்கு வீ.சித்தார்த்தா என்ற பெரியார்தாசன் எழுதிய முன்னுரையை மாற்றி இவ்வாறு எழுதலாம்: பௌத்தத்தில் வெறுப்பு உண்டு — வன்முறை உண்டு — மடமை உண்டு — மூர்க்கத்தனம் உண்டு — எல்லாவற்றுக்கும் மேலாக சுரண்டல் உண்டு — அன்பு இல்லை — அறிவு இல்லை — சமத்துவம் இல்லை. சுருக்கமாகக் கூறுவதென்றால் பௌத்தம் ஓர் மாயை.

பொது உரிமை: அறவழி அறைவழியானது

பௌத்தத்தைப் புறக்கணித்த இரட்டைமலை சீனிவாசன் தலித் விடுதலையை அடைவதற்காகக் கொண்டிருந்த நிலைப்பாடு என்ன? இதை விளங்கிக் கொள்வதற்கு இந்தச் சமூகத்தை எவ்வாறு அவர் புரிந்துகொண்டார் என்பதைக் காண்போம். இந்துமதத் தீண்டாமையால் தான் அனுபவித்த கொடுமைகளைத் தன் இரத்த உறவுகளும் அனுபவிப்பதைக் கள ஆய்வில் கண்டு

---

40. கோ.ரகுபதி, 'தலித்துகளின் கிறிஸ்துவ எதிர்ப்பு இயக்கம்', புதுவிசை (அக்.2014), ப.34.

“குளிக்கவும் குடிக்கவும் நீரற்று, வசிக்கும் குடிசை நிலையற்று, நடக்கப் பாதையற்று, பிழைக்க வழிவகையற்று, எங்குச் சென்றாலும் தீண்டாமை...”[41]

எனப் பதிவு செய்தார்.பொதுவுரிமையைப் பெறுவதுதான் தலித் விடுதலையின் முன்நிபந்தனை என்பதை உணர்ந்தார். பொதுக் களம், பொதுச் சொத்து எனப் பொதுவானவற்றில் தலித்துகளின் பொது உரிமையை நிலைநாட்டுவதற்கான மசோதாவை 1924 ஆகஸ்ட் 22 அன்று சென்னை மாகாணப் பேரவையில் அவர் அறிமுகம் செய்தபோது அதை வன்முறையின்றி மெல்ல மெல்ல செயல்படுத்தவேண்டும் என “அறவழி” நிலைப்பாட்டைக் கொண்டிருந்தார்.[42] பொதுவுரிமையை அடைவதற்கு தலித்துகள் முற்பட்டபோது ஆதிக்கச் சாதியினரின் வன்முறையை எதிர்கொள்வதை அறிந்த இரட்டைமலை சீனிவாசன் சென்னை மாகணப் பேரவையில் கேள்வி எழுப்பினார். “தலித்துகள் மீதான பயங்கரவாதம்” என ஊடகங்களுக்குக் கடிதங்கள் எழுதினார்.[43] இதை எதிர்கொள்ள அவர் ஏற்கனவே கைக்கொண்டிருந்த அறவழியைக் கைவிட்டார்; அறைவழியைக் கைக்கொண்டார். சென்னை மாகாணப் பேரவையில் 1938 டிசம்பர் 12 அன்று சமூக இயலாமை நீக்கும் மசோதாவை டி.எஸ்.எஸ். ராஜன் அறிமுகம் செய்தபோது இரட்டைமலை சீனிவாசன்,

“காவல்துறை உதவியும் பாதுகாப்பும் கொடுங்கள் ஒரு மாதத்தில் தீண்டாமையைத் துடைத்துவிடுவோம் என ஒடுக்கப்பட்ட மக்கள் கூறுகிறார்கள்”[44]

எனப் பேசினார். மறுக்கப்படுகின்ற ஒன்றைச் செயல்படுத்தும்போது காவல்துறையின் இருப்பு அச்சத்தைத் தரும், தேவைப்படின் தடியடியும் நிகழ்த்தப்படும். ஆகவே இரட்டைமலை சீனிவாசன் தலித்துகளின் பொதுவுரிமையைப் பலவந்தமாகத்தான் நிலைநாட்ட இயலும் என்ற முடிவுக்கு வந்தார் எனக் கூறலாம். அவருடைய இந்த நிலைப்பாடு பௌத்தத்தின் அறவழிக்கு முரணானது.

நாத்திகரும் ஆத்திகரும் அல்லர்

மதங்களை மறுத்த இரட்டைமலை சீனிவாசன் ஆத்திகரா? அல்லது நாத்திகரா? என்ற கேள்விகள் இங்குத் தவிர்க்க இயலாதவை. இறை

41.வே.பிரபாகரன், இரட்டைமலை சீனிவாசன் வரலாறு, பக். 17 - 19.

42. *MLCD,* (22 August 1924) P.*822.*

43. GO.No.2596, Law Gemeral, *18* Ausgust *1925.*

44. *MLCD,* (12 December 1938) P.*57*

நம்பிக்கைக்குரிய வார்த்தைகளான “உ, கடவுள் துணை” ஆகியன சுயதேக்கன் கோபுர நூலின் தொடக்கத்தில் அச்சிடப்பட்டுள்ளன. இவை அவரால் எழுதப்பட்டனவா? அல்லது அச்சுக்கூடத்தில் அச்சுக் கோர்த்தவர் அதைச் செய்தாரா? அல்லது அந்த நூலை வெளியிட்ட நிறுவனம் செய்ததா? என்ற கேள்விகளுக்குப் பதில் இல்லை. ஜீவிய சரித்திர நூலில்

> “நான் புன்சிரிப்புகொண்டு ஏழை மக்களின் பொருட்டாக நடப்பதெல்லா மிறைவன் செயலென மகிழ்ந்தேன்”

எனக் கூறும் அவர்

> “இச்சமூக மக்கள் இனி வருங்காலத்தில் நாட்டிற்கு நல்லதோர் ஊன்று கோலாக வலுக்க இறைவன் அருள் புரிவாராக”[45]

என்ற இறுதி வாக்கியத்தோடு அந்த நூலை நிறைவு செய்கிறார். இந்த வரிகள் அவருக்கு இறை நம்பிக்கை இருந்திருக்கலாம் என்பதைத் தெரிவிக்கிறது. இதற்கு முரணாக ஆதிதிராவிடர் மாநாட்டில் இரட்டைமலை சீனிவாசன் தலைமையுரை ஆற்றினார்.

> “நமது சமூகத்திற்குக் கோயில் உரிமை வேண்டுவது அவசியமே. அதாவது உயர்ஜாதி இந்துக்களைப் போல காசு பணங்களைக் கல்லுச் சாமிகளுக்குக் கொட்டியழுவதற்காகவல்ல. அந்தப் பொது ஸ்தானங்களிலும் உரிமை வேண்டுமென்பதற்காக வேயாகும். நம் மக்கள் உண்ணும் உணவும், உடையும், இடவசதியும் இல்லாமல் தவிக்கும்போது கோயில்களில் காசுகளைச் செலவழிப்பது பொருத்தமல்ல”

எனக் குடியாத்தம் அருகேயுள்ள பள்ளிக்கொண்டையில் 1932 மே 17 அன்று நடைபெற்ற வடஆர்க்காடு ஜில்லா ஆதிதிராவிட மாநாட்டில் பேசினார்.[46] இறை நம்பிக்கையுள்ள ஒருவர் பொதுவாகக் “கல்லுச்சாமி” என்ற வார்த்தையை உபயோகிப்பது இல்லை. இது அவருக்குக் கடவுள் நம்பிக்கை இல்லை என்பதைத் தெளிவு படுத்துகிறது. ஆனால் இந்த உரைக்குப் பின்னர்தான் ஜீவிய சரித்திரத்தில் “இறைவன் செயலென”, “இறைவன் அருள் புரிவாராக” என்ற வார்த்தைகளை எழுதினார். இந்த வார்த்தைகளை நாத்திகர்கள் கிண்டல் தொணியில் கூறுவதுண்டு. இரட்டைமலை சீனிவாசனும் அவ்வாறு கூறியிருக்கலாம். அல்லது உண்மையிலேயே இறைப்பற்றால் கூறியிருக்கலாம் ஆனால் அது மதங்களுக்கு அப்பாற்பட்டது. இரட்டைமலை சீனிவாசனை நாத்திகர் எனக் கூற இயலாது; அதேசமயம் அவர் ஆத்திகரும் அல்லர். பௌத்தத்தைப்

---

45. வே. பிரபாகரன், இரட்டைமலை சீனிவாசன் வரலாறு, பக். 40 - 43.

46. குடி அரசு (29 மே 1932), ப.12, இந்த மாநாட்டில் ஜி. அப்பாதுரை, கே. பிரமச்சாரி, பெரிய சாமிப் புலவர், திராவிடன் ஆசிரியர் டி.வி. சுப்பிரமணியம், எஸ். குருசாமி, குஞ்சிதம், கே.வி. அழகர்சாமி, வி.பார்த்தசாரதி, பண்டிதர் திருஞானசம்பந்தர், குமாரதேவ், பாலகுருசிவம், ஒ.வி.விஜயகோபால், முத்துசாமி, அனுமந்து, கந்தசாமி போன்றோர் பங்கேற்றனர்.

புறக்கணித்த அவர் தலித்துகள் இந்துக்கள் அடக்கத்தில் இல்லை என அறிவித்தார்; சைவத்தைச் சிலாகிக்கவில்லை; வைணவ அமைப்போடு இணைக்கவில்லை. மதங்கள் மீது பற்றற்ற இரட்டைமலை சீனிவாசன் சமயச் சார்பற்றவர்.

பகுத்தறிவும் பொதுவுரிமையும்

மத நிறுவனங்களைப் புறக்கணித்துச் செயல்பட்ட இரட்டைமலை சீனிவாசன் பெரியாரின் சுயமரியாதை இயக்கம் குறித்து என்ன கண்ணோட்டத்தைக் கொண்டிருந்தார்?

"அவரை நீதிக்கட்சித் தலைவர்களில் ஒருவராகவோ அவர் ஆதரவில் அரசியல் பணியாற்றியவராகவோ சொல்லுவதுதான் பெரும்பான்மை. ஆனால், இந்நூலில் அதற்கான சிறுகுறிப்புகூட இல்லை. அவர் அரசாங்கம் நியமித்த உறுப்பினராகவே இருந்தார்"[47] எனக் கூறும் ஸ்டாலின் ராஜாங்கம், பெரியார் இயக்கத்துக்கு எதிரான நிலைப்பாட்டைக் கொண்டவர். அவர் இரட்டைமலை சீனிவாசனுக்கும் சுயமரியாதை இயக்கத்துக்குமான உறவை அறுப்பதில் வியப்பு இல்லை. ஆனால் அவர் கூற்றுக்கு நேர்மாறான நிலைமை இருந்தது. இரட்டைமலை சீனிவாசனிடம் பார்ப்பன எதிர்ப்பு தென்படுகிறது. டி.எஸ்.எஸ். ராஜன் குடிமை இயலாமை நீக்கும் மசோதாவை அறிமுகம் செய்தபோது,

"இந்த மசோதாவை அறிமுகம் செய்பவர் ஆரிய பார்ப்பனர் என்பது எனக்கு உற்சாகத்தைத் தருகிறது. அவர்களுடைய முன்னோர் சாதி முறையை அறிமுகம் செய்தனர். இந்த மக்களுக்கு எல்லா தீங்குகளையும் ஏற்படுத்தினர்"

என இரட்டைமலை சீனிவாசன் பேசினார்.[48] இந்தக் கருத்து அயோத்திதாசர், அம்பேத்கர், பெரியார் ஆகியோருடன் இணக்கமானது. தலித்துகள் மீது வன்முறையை ஏவுவது இடைநிலை ஆதிக்கச் சாதியினர்தான் என்றாலும் அதற்கான கருத்தியல் அடித்தளங்களை உருவாக்கியது பார்ப்பனர் சாதியே; இன்றைய காலங்களிலும் இது தொடர்கிறது. பார்ப்பனர்களின் முன்னோர்தான் சாதி முறையை ஏற்படுத்தினர் என்ற இரட்டைமலை சீனிவாசனின் நிலைப்பாட்டை பேசுவதைத் தவிர்ப்பதன் காரணத்தை ஸ்டாலின் ராஜாங்கம்தான் விளக்க வேண்டும். இரட்டைமலை சீனிவாசன் திராவிட இயக்கத் தலைவர் பலருடன் மாநாடுகள், கூட்டங்கள் போன்றவற்றில் பங்கேற்றார். வட ஆர்க்காடு மாவட்ட ஆதி திராவிடர் மாநாடு,[49] ராயபுரம் ஆதிதிராவிடர் மாநாடு போன்றவை இதற்கான

---

47. இரட்டைமலை ஆர். சீனிவாசன், ஜீவிய சரித்திரச் சுருக்கம், ப. 17

48. MLCD, (12 December 1938) P.48

49. குடி அரசு (29 மே 1932), ப.12; திராவிடன் (27 ஜூன் 1932), ப.9.

உதாரணங்கள். வட ஆர்க்காடு மாநாட்டில்

"சுயமரியாதைக் கட்சியினர் நமக்காக உண்மையாக உழைத்து வருவதை யான் மனமாரப் போற்றுகிறேன்..."[50]

என இரட்டைமலை சீனிவாசன் பேசினார். இவருடைய சிந்தனைகள் இடதுசாரி இயக்கங்களோடும் இணக்கமுடையது. பொருளாதாரக் குழுவில் விவசாயத் துணை குழுவுக்கு இரட்டைமலை சீனிவாசன் சில முன்மொழிவுகளைக் கொடுத்தார்.

"..ஒவ்வொரு ஆதிதிராவிட குடும்பத்துக்கும் ஐந்து ஏக்கர் நிலம் கொடுத்தல், அதில் விவசாயம் செய்வதற்கும் வீடுகட்டிக் கொள்வதற்கும் பணம் கடனாகக் கொடுத்தல், அதை நீண்டகால தவணையில் திரும்பப்பெறுதல், ஒவ்வொரு மாவட்டத்திலும் சுமார் ஆயிரம் குடும்பங்களுக்கு இதைச் செயல்படுத்தல்"

என்பதே அந்த முன்மொழிவுகள். இத்திட்டம் ஏற்கப்பட்டது[51] ஆனால் அது செயல்படுத்தப்பட்டதா எனத் தெரியவில்லை; அது குறித்த ஆய்வு தேவை. இடதுசாரி இயக்கங்கள் முன்வைக்கின்ற நிலச் சீர்திருத்தமும் இரட்டைமலை சீனிவாசன் முன்வைத்தத் திட்டமும் இணக்கமானவை. எனவே இரட்டைமலை சீனிவாசன் பகுத்தறிவு, பொதுவுடைமைச் சிந்தனைகளோடு இணக்கமானவர் என்பது திண்ணம்.

பௌத்தம்: அவலத்திற்கு கோட்பாட்டு நியாயம்

அயோத்திதாசர், இரட்டைமலை சீனிவாசன் ஆகியோரைப் போல் அம்பேத்கரும் பௌத்தம் தழுவும்முன் 1950களின் தொடக்கத்தில் இலங்கைக்கு ஒருமுறையும் பர்மாவுக்கு இருமுறையும் சென்றார்.[52] இரட்டைமலை சீனிவாசன் குறிப்பிட்ட பௌத்த கோயிலடிமைகளை அம்பேத்கர் கண்டரா? இல்லையா? பௌத்தக் கோட்பாட்டில் கவனம் செலுத்திய அம்பேத்கர் அதன் செயல்பாட்டைக் கணக்கில் கொண்டாரா? எனத் தெரியவில்லை. இரட்டைமலை சீனிவாசன் பௌத்தக் கோட்பாட்டைக் கணக்கில் கொள்ளவில்லை ஆனால் செயல்பாட்டைக் கண்டார். அவர் பதிவு செய்த கோயிலடிமைகளைப் பற்றி 1980ஆம் ஆண்டு வெளியான நூல்

---

50. **குடி அரசு (29 மே 1932), ப. 12. இரட்டைமலை சீனிவாசனின் இந்த உரைக்கு நேரெதிராகப் "பெரியார் பிற்படுத்தப்பட்ட சாதிகளுக்கான தலைவர், தலித்துகளுக்கு எதிரானவர்" எனத் தலித் ஆய்வாளர்கள் தங்கள் எழுத்துக்களிலும் பேச்சுக்களிலும் தொடர்ந்து பதிவு செய்கின்றனர்.**

51. **குடி அரசு (12 ஏப்ரல் 1936), ப.6.**

52. Sangharakshita, Ambedkar and Buddhism, *1986.*

ஒன்றிலும் கூறப்பட்டுள்ளது;[53] இன்றும் அந்தக் கோயிலடிமைகள் இருக்கின்றனர். இருப்பினும், கடவுள் இல்லாதது, பிழையாத் தன்மை என்ற உரிமை பாராட்டாமை, ஒழுக்க நியதி, அறிவியலுக்கு இசைவாய் இருத்தல், பாகுபாடின்மை போன்ற கோட்பாடுகளால் அம்பேத்கர் பௌத்தத்தைத் தழுவினார்.

தலித் தலைவர் பலருக்கும் ஒத்த இலக்கு இருந்தது அது தலித் விடுதலை; இதை அடைவதில் அவர்களுக்குள் வேறுபட்ட கருத்துகள் ஏற்பட்டன. நவீன அரசாங்கத்தால் மக்களின் வரிப்பணத்தில் உருவாக்கப்பட்டு பராமரிக்கப்படும் பாரம்பரிய, நவீன பொதுச் சொத்து, பொதுவெளி, பொதுக்களம் எனப் பொதுவானவற்றில் தலித்துகளுக்கு பொதுவுரிமை வேண்டுமென்ற போராட்டத்தில் அயோத்திதாசர், இரட்டைமலை சீனிவாசன், அம்பேத்கர் போன்ற தலைவர் பலரும் ஒன்றிணைவர்.[54] தலித் தலைவர் சிலர் தலித்துகளுக்கெனத் தனி வெளிகள் உருவாக்கப்பட வேண்டுமெனக் கருதினர். தலித் விடுதலை இயக்க வரலாற்றில் பொது, தனி என்ற இரண்டு விவாதங்களும் அனைத்துத் தளங்களிலும் எதிரொலித்தன. தலித்துகள் இந்துக்கள் அல்லர் என்ற வரலாற்றை ஒப்புக் கொள்வதில் அவர்கள் ஒன்றுபட்டபோதிலும் வேறு மதத்தைத் தேடுவதில் முரண்பாடு உண்டானது. இன்று தலித்துகள் பலரும் குறிப்பாகக் கல்வி, பொருளாதாரம் ஆகியவற்றில் பலமான பிரிவினர் பலரும் பௌத்தம் ஒன்றையே இலக்காகக் கொண்டு நகரங்களில் செயல்படுகின்றனர். அம்பேத்கர் பௌத்தத்தைத் தேர்வுசெய்தபோது பௌத்தப் பிக்குகள் தியானம் செய்வதிலும் சோம்பேறித்தனமாக இருப்பதிலும் காலங்கழிக்கின்றனர் என்ற குற்றச்சாட்டையும் 'புத்தரும் அவருடைய சமயத்தின் எதிர்காலமும்' கட்டுரையில் முன்வைத்தார்.[55] இது பௌத்தத்தைப் பரப்பும் தலித்துகளுக்கும் பொருந்தும். காரணம், அவர்கள் கடவுளை மறுத்த புத்தரை கடவுளாகக் கட்டமைக்கின்றனர். இவர்களுக்கு தலித்துகளின் வறுமை, தீண்டாமை குறித்து கவலையில்லை. பௌத்தத்தைத் தழுவினால் அவர்களின் குறைகளை புத்தபகவான் நிவர்த்தி செய்வார் எனப் பௌத்தவாதிகள் கருதலாம். சமகால மத அரசியலைக் கணக்கில் கொண்டு இவர்களும் வருங்காலங்களில் பௌத்த பாதயாத்திரையை நிகழ்த்தலாம். இந்தப் பிரிவினர் தலித்துகள் மீது இடைநிலைச் சாதியினர் ஏவுகின்ற வன்முறையை எடுத்துரைக்கும் அதேசமயம் இந்துத்துவத்தின் பங்கை மறைக்கின்றனர். சாதியும் இந்து மதமும் ஒன்றையொன்று தாங்கிப்

---

[53]. James L. Watson, *Asian and African System of Slavery* (Berkely: University of California Press, 1980), p. 287.

[54]. கோ.ரகுபதி, *தலித்துகளும் தண்ணீரும்* (நாகர்கோவில்: காலச்சுவடு, 2011), பக்.78-82.

[55]. மேலது.

பிடிப்பதுபோல் சாதிவெறியும் இந்துத்துவமும் இணைந்துதான் செயல்படுகின்றன. அயோத்திதாசர், அம்பேத்கர், பெரியார் போன்றோர் அம்பலப்படுத்திய இந்தத்துவத்தை மறைப்பதன் மூலம் உண்மையில் இவர்கள் யாருக்குச் சேவகம் செய்கின்றனர்? இந்தப் பௌத்தவாதிகளால் தொடர்ந்து குற்றம் சுமத்தப்படும் பெரியாரிய, பொதுவுடைமை இயக்கங்கள்தான் தலித்துகளின் வறுமை, தீண்டாமை ஆகியவற்றுக்கு எதிராகப் போராடுகின்றனர்.

இங்கு எழுகின்ற அடிப்படைக் கேள்விகள்: சாதி, பால், வர்க்க வேறுபாடுகளைப் பின்பற்றும் ஆதிக்கச் சாதியினர் பௌத்தம் ஏற்கவேண்டுமா? அல்லது அவற்றைக் கொண்டிராத தலித்துகள் தழுவ வேண்டுமா? கொலை செய்கிற ஆதிக்கச் சாதியினர் பௌத்தம் தழுவ வேண்டுமா? அல்லது கொல்லப்படுகிற தலித்துகள் அதைத் தழுவ வேண்டுமா? இதற்கான பதில்: 'மாறவேண்டியது தலித்துகள் அல்லர், மாற்றப்பட வேண்டியது தலித்தல்லாதோர்'. காரணம், பௌத்தம் வலியுறுத்தும் நெறிகள் ஏற்கனவே இந்துமதத்தால் தலித்துகள் மீது திட்டமிட்டு திணிக்கப்பட்டவை. எடுத்துக்காட்டாக உடுப்புப் பண்பாட்டைக் கூறலாம். பிக்குகள் என்னென்ன உடுப்புகளைக் கொண்டிருக்க வேண்டும் எனப் பௌத்தம் வலியுறுத்துவதை இந்து மதம் தலித்துகள் மீது செயல்படுத்தியதுதான். வரலாற்றில், பண்ணையடிமைகளாக வாழ்ந்தபோது பண்ணையார்கள் கொடுத்த ஒன்றிரண்டு உடுப்புகளே தலித்துகளிடம் இருந்தன. இராமநாதபுரம் மாவட்டத்தில் 1930களில் தலித்துகள் இடுப்புக்குக் கீழேயும் முழங்காலுக்கு மேலேயும் மட்டும்தான் உடுப்பு அணிய வேண்டுமென ஆதிக்கச் சாதியினர் கட்டளையிட்டனர். ஆகப்பெரும்பாலான தலித்துகளிடம் ஒன்றிரண்டு உடுப்புகள் இருந்த அன்றைய கால நிலைமைதான் இன்றும் தொடர்கிறது. தலித்துகளிடம் பௌத்தம் கூறுகின்ற அன்பு, சமத்துவம், இரக்கம் போன்றவை உண்டு; வன்முறை, சுரண்டல், திருட்டு போன்றவை இல்லை. சுருக்கமாகக் கூறுவதென்றால் தலித்துகளின் வாழ்க்கை பௌத்தப் பிக்குகளிடமிருந்து வேறுபட்டதல்ல. தலித்துகளின் இந்த அவல நிலைமையை மாற்றுவதற்கான போராட்டம் நூற்றாண்டு காலமாக நடைபெறுகிறது. இந்தப் போராட்டத்தில் ஒரு அங்கம்தான் இந்து மதத்திலிருந்து வெளியேறுதல், இது இன்றும் தவிர்க்க இயலாத தேவை. அவ்வாறு வெளியேறும் சாதியற்ற தலித்துகள் சமயமற்றோராக இருக்கலாம்! சமயச் சார்பின்மையை அரசாங்கம் மட்டுமின்றி மக்களும் பின்பற்றலாம்! ஆனால் போராட்டங்கள் அனைத்தையும் விட்டுவிட்டு பௌத்தம் தழுவுவதையே இயக்கமாகக் கொண்டிருப்பதும் தலித்துகளைப் பௌத்தம் ஏற்கச் செய்வதும் அவர்களின் அவல நிலைமைக்குக் கோட்பாட்டு நியாயம் கற்பிப்பதாகும். பௌத்தத்தில் தீண்டாமை இல்லை எனக்கருதி

“தீண்டத்தகாதோர்” அதைத் தழுவியதால் பௌத்தமே தீண்டத்தகாத மதமாகிவிட்டது. ‘தீண்டத்தக்கவர்”அதைத் தீண்டுவதில்லை. கிறிஸ்துவத்தைத் தீண்டத்தக்க சாதிகளும் தீண்டியதால் அங்கும் தீண்டாமை தாண்டவமாடுகிறது. தலித்துகளில் ‘இந்து’க்களைப் போல் கிறிஸ்துவர்களும் போராடுகின்றனர்; போராட்டக் களம் மட்டும் மாறியுள்ளது. இதுதான் இந்துப் படிநிலைச் சாதியின் வெற்றி, தலித்துகளின் தோல்வி. ஆகவே பௌத்தத்தின் சாதி, பாலின பாகுபாடற்ற சமத்துவம் கானல் நீராகவும் மாயையாகவும் இருக்கிறது. இந்த உலகில் மனிதனாக வாழ்வதற்கான அடிப்படைத் தேவைகளான எல்லாப் பொருட்களும் அபகரிக்கப்பட்டு குளிக்க, குடிக்க நீரற்று, வசிக்கக் குடிசையற்று, நடக்கப் பாதையற்று, எங்குச் சென்றாலும் தீண்டாமையை அனுபவிக்கும் தலித்துகள் இவற்றை எதிர்த்துப் போராடுகிறபோது கொளுத்தப்படும் குடிசைகளை, கொல்லப்படும் கோகுல்ராஜுகளைக் காத்துக் கொள்வதற்கான மொழிதான் அவர்களுக்குத் தேவை. இரட்டைமலை சீனிவாசன் வலியுறுத்திய பொதுவுரிமைதான் அந்த மொழி; அதை அடைவதற்குத் தேவை அறவழியா? அறைவழியா? என்பதைத் தீர்மானிப்பது ஆதிக்கச் சாதியினரே.

THE

SHEWA DAGON PAGODA.

இரங்கோன்

சுயதேக்கன் கோபுர சரித்திரம்.

இஃது

இரட்டைமலை

ஸ்ரீநிவாசம் அவர்களால்

இயற்றப்பட்டு,

சென்னை:

மதராஸ் ரிப்பன் அச்சியந்திரசாலையில்

பதிப்பிக்கப்பட்டது.

(Copy Right-Registered)

முகவுரை

கீழ்நாடுகளென்னும் சீனா, ஜப்பான், பிரமா, சீயம், இலங்கை முதலான தேசங்களிலுள்ள பௌத்த சமயிகளுக்குள் மிக சிறப்படைந்ததும், விசேஷித்துவமான சுயதேக்கன் கோபுரத்தைத் தரிசிக்கப் பிரம தேசத்தில் குடியேறியிருக்கும் இந்தியர்கள் போகிற போது, அங்குள்ள விக்கிரகங்கள் யாரைக் குறிப்பிக்கிறதென்றும், தங்கள் கண்களுக்குத் தோற்றும் மற்ற விஷயங்களின் னின்னவென்றும் தெரியாமல் தங்கள் யுக்திக்குத் தோன்றியபடியாயும் தங்கள் நிமயத்திற் கடுத்தாற்போலும், பேசிக்கொள்வதை நாம் கவனித்து இந்தியர்களில் சிலரைக் கண்டு விசாரிக்கிற போது இந்த கோபுர சரித்திரம் பெரும்பாலருக்குத் தெரியாததாக எமக்குப் புலப்பட்டுத் தமிழ் ஜனங்களுக்கு உபயோகமாகவிருக்க இச்சிறு புத்தகத்தை வெளியிடத் துணிந்தோம்.

இதிலடங்கிய விஷயங்களைத் திட்டமாய் விளங்கிக்கொள்ள சில பிரமரையும், இராஜவேங்கத்தையும் மஹா ஜெயவினையையும் சொவோயி ஓர்னஸ்ட் டாக்டர் ஜட்சன் முதலானவர்கள் எழுதி வைத்திருக்கும் கிரந்தங்களையும் பர்மா கெஜட்டீர் அட்மிஷடிரேக்ஷன் குறிப்பு இன்னும் பல பிரதிகளையும் பார்வையிட்டு பரிசோதித்துச் சில சங்கதிகளில் சரித்திரக்காரர் ஒருவருக்கொருவர் ஒவ்வாதிருப்பதையும் கவனித்து நமக்கச் சரியென்று தோன்றியதை இங்கு குறித்தோம்.

இச்சிறு புத்தகத்தில் அடங்கிய விஷயங்களில் திருத்தவோ, கூட்டவோ, எடுக்கவோ, மாற்றவோ யாதேனுமிருப்பின் இதை வாசிக்கும் நண்பர்கள் அதை நமக்குக் கனிவுடனறிவிக்கின் நாம் அன்பாய் அங்கீகரித்து ஆலோசித்து மறுபதிப்பில் பிரசுரஞ் செய்வோம்.

இரங்கோன் **இ. ஸ்ரீ**

ஜூலை 1.உ 1899 வரு}

உ

கடவுள் துணை.

இரங்கோன்

சுயதேக்கன் கோபுர சரித்திரம்.

பிரம[56]தேசத்தைப் பாய்ந்தோடும் இராவதி நதி கழிமுகத்திற் கெதிரிலுள்ள சுவர்ண பூமியென்றும், போகபூமியென்றும் வழங்கி வந்து இப்போது பெகு என்று சொல்லப்படும் நாட்டில் ஜெயங்கொண்டேன் என அர்த்தப்படும் யாங்கோள் அல்லது இரங்கோன் என்னும் பட்டணத்திற்குச் சமீபத்தில் தென்கோத்திர மலையானதிருக்கிறது. அந்த மலையின் பேரில் கட்டப்பட்டிருக்குங் கோபுரத்திற்குச் சுயதேக்கன் கோபுரமென்று பெயர். அதைச் சுவேடகாங்பயா, அல்லது பயாதகா வென்று பிரமர் அழைப்பார்கள். இந்தியர்கள் அதைப் பெரிய கோபுரமென்றும், புத்துகானென்றும் அழைக்கின்றார்கள். அந்தக் கோபுரமிருக்கும் மலையடிவாரத்தில் சில மடங்கள் கட்டப்பட்டிருக்கின்றன.

சிங்க ரூபங்கள் கோபுரத்திற்குச் செல்ல மலையின்பேரி லேறும் முதற் படியி னிருபக்கங்களிலும் கழுகு தலை கொண்ட சிங்க உருவங்களிரண்டு பிரமாண்ட ரூபமாய்ச் செய்து வைக்கப் பட்டிருக்கின்றன.

மலையின் உயரம் இந்தச் சிங்க உருவங்களிருக்கும் மலை யடிவாரத்திற்கும் மலையின பேரிலுள்ள கோபுர அஸ்திவாரத் திற்குமுள்ள உயரம் 166 அடிகள்.

கோபுர படிகள் இதற்கு மத்தியில் கட்டப்பட்டிருக்கும் படிகள் மூன்று அணிகளாகப் பிரிக்கப் பட்டிருப்பதுமன்றி, ஜனங்கள் கும்மாளம் போட்டுக் குதித்து இரண்டு மூன்று படிகளை யொருமிக்கத் தாண்டி யோடாமல் மிகப் பக்தி விசுவாசமாய் கடந்துபோக, சிலவிடங்களில் அதிக அகலமாயும், சில விடங்களில் அதிக உயர்மாயுங் கட்டப்பட்டிருக்கின்றன.

பாதரக்ஷையைக் கழட்டுவது ஐரோப்பியரும் இராணுவ உடையைத் தரித்திருக்கும் சுதேசவீரர்களுந் தவிர மற்ற யாவரும் பாதரக்ஷையைக் கழற்றிவிட்டுப் படிகளின்பேரில் லேறவேண்டும்.

---

56. பிரமர் இந்த வார்த்தையை "பரமா" என்பார்கள். ஐரோப்பியர் அதை "பர்மா" என்பார்கள்.

கூரைகள் படிகளின்பேரில் கட்டப்பட்டிருக்கும் கூரையானது மிக மிருதுவான தேக்கம் பலகைகளாலும் பல வித விசித்திர ரூபங்களாலும் மமைந்திருக்கிறது. படிகளி னிருபக்கங்களிலும் சிறுவர்களுக்கான விளையாட்டுப் பதுமைகள், பெண்களுக்கான காதோலை, மணி மற்றும் விநோதமான பிரமர் ஜப்பானியர் தட்டு முட்டு சாமான்கள், சுவாமிக்கு அர்ச்சிக்க மெழுகுவர்த்தி, ஊதுவர்த்தி, பூ, பழம், பலவகைப் பதார்த்தங்கள் முதலியவைகள் விற்கப்படுகின்றன.

கோயிலடிமைகள் அவைகளை விற்பவர்கள் பெரும்பாலார் கோயிலடிமைகள். கோயிலடிமைகள் பிரமரால் மிகத் தாழ்வாக எண்ணப்படுவது மன்றிக் கீழ் ஜாதியாக பிரமர் மதித்து, கோயிலடிமைகளோடு உண்ணவும், உலாவவும், பெண் கொள்ளவும், கொடுக்கவும் சம்மதியார்கள். கோயிலடிமையின் பெண்ணைச் சாதாரண பிரமனொருவன் விவாகஞ் செய்வானாகில் அவனும் கீழ் ஜாதியாகக் கவனிக்கப்படுவது மல்லாமல், அவனுக்கு முன்னொரு தாரமிருந்து அந்தத் தாரம் பெற்றப் பிள்ளைகளிருப்பின் அவர்களும் கீழ் ஜாதியாக மதிக்கப்படுவார்கள். கோயிலடிமைக்குப் பிறந்த ஒருவன் எவ்வளவு ஐசுவரியனாகவும், யோக்கியனாகவும், மற்ற பிரமர் குடியிருக்கும் வீடுகளுக்கு மத்தியில் அவன் வசித்தாலும், எவர்களும் அவனை நேசியார்கள். கண்டு பேசார்கள். அவனைக் கண்டவுடன் சிலர் முகத்தை மறுபக்கத்தில் திருப்பிக் கொள்ளுவார்கள். சிலர் தூரமாக இஞ்டந்து போய் விடுவார்கள். அவன் தன்னை மறைத்துக் கொண்டு மற்றப் பிரமரைப்போல பாவித்துக் காட்டி, வேறொரு ஊருக்குச் சென்று, வசிக்கும் போது அவனை அடிமையென்று ஜனங்கள் கண்டு கொண்டால், உயிரை மாய்த்துக் கொள்வதே உத்தமமென்று அவன் எண்ணும்படியாய் மற்ற பிரமர் அவனை நடத்துவார்கள். இந்தக் கோயிலடிமைகளெப்படி யுண்டானார்களென்றால், மஹாபாதகத்தைச் செய்தவர்கள் தலைமுறை தலைமுறை மட்டும் கோயிலடிமைகளாக விருக்க பௌத்தமத அரசர்களால் தண்டிக்கப்பட்டவர்களின் சந்ததியார்தான் கோயிலடிமைகளென்பவர்கள். பூர்வபிறப்பில் மிக துஷ்கர்யத்தைச் செய்தவர்களே கோயிலடிமைகளுக்குப் பிள்ளைகளாகப் பிறக்கின்றார்களென்பது பிரமரின் நம்பிக்கை. ஒரு பிரமராஜன் மற்றொரு பிரமராஜனைச் சிறைப்படுத்தக் கருதி, கபடமாய் அந்த அரசனையும் அவன் இராணியையும், மந்திரி, பிரதானியையும், மெய்க்காவலரையும் கோயிலுக்கு அழைத்துக் கோயிலடிமைகளாகச் செய்தான்.

அவர்களின் சந்ததியார்தான் கோயிலடிமைகளென்று நிச்சயிக்க சரித்திரமுண்டு. பௌத்த கடவுளுக்கு அர்ச்சித்த பதார்த்தங்களைப்

பிரமர் உண்பதில்லை. அவைகளைக் கோயிலுக்கப்பால் கொண்டு போயெறிந்து விடுவது வழக்கம். அந்தப் பதார்த்தங்களைக் கோயிலடிமைகள் எடுத்துண்பார்கள்.

2. படிகளைக் கடந்து மலையின்பேரிலேறி கோபுரத்தைக் கிட்டும்போது முகப்பில் தென் திசையை நோக்கிய புத்தரது உருவங்கொண்ட சிலையொன்றும், அதையடுத்துப் பல சிலைகளுமிருக்கின்றன. இங்கே பிரமர் ஆண்களும் பெண்களுமாக வந்து தங்கள் தங்கள் காணிக்கையைச் சுவாமிக்குச் செலுத்திச் ...விப்பார்கள். அவர்கள் செலுத்தும் காணிக்கையைப் பற்றியு... செய்யும் ஜெபத்தைப் பற்றியும் கிழக்குவாசல் விக்கிரகத்தைச் சமீபிக்கிறபோது விவரிப்போம். தென்வாசல் விக்கிரகத்தை விட்டு வலது புறமாய் திரும்பினால் ஒரு பெரிய பொக்கிஷப் பெட்டி இரும்பினால் செய்யப்பட்டிருக்கின்றது. அப்பெட்டியில் சுவாமிக்குக் காணிக்கையாகச் செலுத்தும் நாணயங்கள் போடப்படுகின்றன.

தர்மீகர் ஆபீசு: அதை யடுத்தாற் போல் கோபுரத்தின் தர்மீகர் ஆபீசும், அதற்கெதிரில் கண்ணாடி கதவுகளுக்குள் எடக்க... செய்திருக்கும் யானைத் தந்தங்களிரண்டும் மிக விசித்திரமான சித்திரவேலை செய்து வைக்கப்பட்டிருக்கின்றன.

புத்தரது பல்: தர்மீகர் ஆபிசுக்கு பின் புறமாயுள்ள மண்டபத்தில் புத்தரதுப் பல்லைப் போல தங்கத்தால் செய்து பளிங்கு கவசமிட்டிருக்கிறது. புத்தரது சுயமான பல்லொன்று இலங்கையிலிருப்பதாகவும் பிரமர் நம்புகிறார்கள். கிழக்கு முகமாகச் செல்லச் செல்ல புத்தரது உருவத்தைக் கொண்டு அனேக விக்கிரகங்கள் பக்தர்களால் செய்து வைக்கப்பட்டிருக்கின்றன. தெரியாதவர்கள் அவைகளை நாயன்மார்களென்றும், ஆழ்வாராதிகளென்று... சொல்லுவார்கள். தென்கிழக்கு மூலையினின்று பார்க்கின் நதியின் கழிமுகந் தெரியும். ஆங்கிலேயர் இந்தக் கோபுரத்தின் பேரில் படையெடுத்து வந்து நுழைந்த கிழக்குவாசல் முகப்பையும் சண்டை நடந்த இடங்களையு மிங்கிருந்து பார்க்கலாம். அந்தச் சரித்திரத்தை இங்குச் சுருக்கமாய்ச் சொல்லுவோம்:—

3. **முதலாவது சண்டை:** பிர்மசத்தரசன், மிகக் கொடுங்கோல் மன்னனாக விருந்து ஐரோப்பியரையும், அன்னிய நாட்டரையும், அக்கிரமமாயும், க்ரூரமாயும் நடத்தி வந்ததைப் பற்றி இந்தியாவை ஆண்டு வரும் ஆங்கிலேய அரசாங்கத்தார் பல நியாயங்களை யெடுத்துக் காட்டிப் புத்தி போதனைகள் செய்து வந்தும் அரசன் கேளாமற்போனதால், பிர்ம தேசத்தின் பேரில் படையெடுக்கத் தீர்மானித்து, *1826* வரு மே மா 10உ போர்க்கப்பல்கள், பீரங்கிகள், காலாட்படைகளுடன் ஜெனரல் ஆர்ச்பால்ட்காம்பல் என்பவர்

இரங்கோன் துறைமுகத்திற்கு வந்தார். அக்காலத்தில் பிர்ம ராஜனால் இரங்கோனுக்கு அதிபதியாக நியமிக்கப்பட்டிருந்த கவர்னர் என்ன செய்தாரென்றால், குடிகளோடு, ஆடு மாடு, தானிய முதலானவைகளையெல்லா... சேர்த்துக் கொண்டு காட்டுக்குக் கூட்டிக் கொண்டு போய்விட்டார். ஆங்கிலேயபடைவீரர்கள் இரங்கோனுக்கு வந்தபோது அது பாழாய் கிடப்பதைக் கண்டு சுயதேக்கன் கோபுரத்திற்கு போய், அது கொற்றளத்திற்குத் தகுமான இடமென்றுகண்டு அதைப் பிடித்துக் கொண்டார்கள். சண்டை நடக்கவில்லை என்றாலும் பட்டணம் பாழாகவும், படைகளுக்கு வேண்டிய உணவு கிடையாமலும், எதிரிகளின் நோக்கமின்னதென்று அறிய ஒரு பிரமனையுங் கூடக் காணக் கிடையாமலும், படைகளுக்குள் கொள்ளை நோய் அதிகரித்தும், அவைகளை நடத்தக் கூடாத விதமாய் ஓயா மழைப் பெய்துக் கொண்டுமிருந்தன. அப்படியிருந்தும், ஜெனரல் காம்பலெ ன்பவர் ஆவா பட்டணமாகிய பிரமராஜன் தலைநகரத்தை நோக்கிச் சென்று அநேக நாடுகளை ஜெயித்துக் கொண்டு இராஜ நகருக்கு மூன்று நாள் பிரயாணத்திலிருக்கிற போது, பிரம ராஜனால் சிறைப்படுத்தியிருந்த ஐரோப்பியரைக் கொண்டு பிரமராஜன் ஆங்கிலேயரிடம் சமாதானங்கேட்டான்.

அவன் சிறைப்படுத்தியிருந்த ஐரோப்பியரில் ஜட்சன் என்னும் அமெரிக்கன் கிறிஸ்துவ மிஷனெரி யொருவர் அவருடைய மனைவியை பிரமர் பிடித்து ஒரு மரத்திற் கட்டியிருக்க, மேஜர் சேல் என்பவர் அவளை விடுவித்ததாக மேஜர் லாரி சரித்திரத்திற் குறித்திருக்கின்றார். ஜட்சன் என்பவர் ஏன் சிறைப்படுத்தப்பட்டாரென்றால், ஆங்கிலேயர் படையெடுத்து வர வெகுநாளைக்கு முன் இந்த அமெரிக்க மிஷனெரியும் அவருடைய மனைவியும் கிறிஸ்து வேதத்தைச் சில பிரமருக்குப் போதித்துக் கொண்டு ஆவா பட்டணத்திற் குடியிருந்தார்கள். அவர்கள் இராஜகுடும்பத்திற்கு சிநேகமாயிருந்தார்கள்.

அவர்களோடு ஒரு டாக்டரும் ஒரு வியாபாரியுமாக இரண்டு மூன்று ஐரோப்பியரிருந்தார்கள். ஆங்கிலேயர் பிரமர் தேசத்தின் பேரில் சண்டைக்கு வரும் படியாய் அவர்களைத் தூண்டி விட்டவர்கள் ஜட்சன் முதலானவர்களாகத் தானிருக்க வேண்டுமென்றெண்ணிப் பிரமராஜன் அவர்களைப் பிடித்து, இரும்பு விலங்கு..த்தரித்துச் சிங்கமடைக்குங்கூண்டில் அடைத்து வைத்தான். இதையறிந்த ஜட்சன் துரைசானி, தன் அருமையான வஸ்துக்களையெல்லாம் எடுத்து ஒளித்து வைத்து விட்டுத் தம்மிடமிருந்த கடிதங்களையெல்லாம் கிழித்துக் கொளுத்தி விட்டுத் தன் பேரில் யாதும் சந்தேகமில்லாதபடி செய்து கொண்டாள் என்றாலும், அரசன் அவளுடைய வாக்கு மூலத்தைக் கேட்டு வர சில பிரதான உத்தியோகஸ்தரை

அனுப்பினான். அவர்கள் வந்த போது, அந்த அம்மை தன்னுடைய வாக்குச் சாதுர்யத்தால் அவர்கள் மனதை இளகச் செய்தாள். அவர்கள் வீட்டைப் பரிசோதிக்க நுழைந்து ஒரு பெட்டியில் வெள்ளி நாணயமிருக்கக் கண்டு எடுக்கப் போனார்கள். அந்த நாணயம், கிறிஸ்து மதத்தைப் போதிக்க ஒரு பாடசாலையைக் கட்டும்படியாக அமெரிக்காவிலிருந்து வந்தது. சுவாமி பணத்தை பௌத்த சமயிகள் தொடப்படாதே என்றாள். மற்றொரு பெட்டியிலிருந்த உடைகளை வாரினார்கள். அதற்கும் அந்தம்மாள், நாங்கள் தரித்த வஸ்திரத்தைத் தங்கசேவடி என்னும் இராஜசமுகத்திற்குமுன் கொண்டுபோவது இழிவல்லவா என்றாள். கடைசியாகக் காவற்காரரை அழைத்து அந்த அம்மாள் வீட்டைச் சுற்றிலும் காவல்படுத்திவிட்டுப்போனார்கள். அர்த்த ராத்திரியில் அக்காவலர்கள் கதவைத் தட்டி உள்ளே நுழையப்பார்த்தார்கள். அவ்வம்மை ஜனல்வழியாய் அவர்களை அழைத்து, அவர்களின் அக்கிரமத்தை மேலதிகாரிகளுக்கு அறிவிப்பதாகப் பயமுறுத்தினாள். பிறகு விண்ணப்ப... செய்து காவலாளரை விலக்கிக் கொண்டாள். அநேக மனு செய்து ஜட்சனை சிறையில் கண்டு பேசினாள். அவர் நடக்க முடியாமல் நகர்ந்து இரும்புக் கூண்டி னோரமாக வந்து பேசினார். இராஜ குடும்பஸ்தரோடு மன்றாடி இரும்பு விலங்கை நீக்குவித்தாள். ஆகாரம் அனுப்புவிப்பாள். கடிதமெழுதித் தேத் தண்ணீர் பாத்திரத்தின் கீழ் ஒட்டி வைத்தனுப்பி நடக்கு... சங்கதிகளைத் தினமும் அறிவித்து வருவாள். அவரைச் சிரசாக்கினைப் புரிய நூறுமைல் தூரத்திற்கு அனுப்பியபோது, அந்தம்மாள் பிரமஸ்திரியைப்போல உடை மாறிக்கைப்பிள்ளையோடு அந்த இடத்திற்குப் போனாள். ஜட்சன் உடுப்புகளைக் கழட்டி ஒரு சட்டையோடு இடுப்பில் கயிறு கட்டி மற்ற ஐரோப்பியரோடு பிணைத்துப் பிடித்து ஆவா பட்டணத்திற்கு திரும்பவும் அவரைக் காவலாளர் ஓட்டிவந்தபோது அந்தம்மாளுங் கூடவே ஓடி வந்தாள். வழியில் குழந்தைக்கு வைசூரி காண அதைப் பரிகொடுத்துவிட்டாள். பின்னும் பல விண்ணப்பங்கள் செய்து புருஷனை சிறையிலிருந்து மீட்டாள். அந்தச் சமயத்தில் ஆங்கிலேயர் ஆவாப்பட்டணத்தை நெருங்கி வரச் சண்டையின் நிரைக் கட்டுக்காக ஜட்சனுடைய வீடு பிரமரால் சமூலப்படுத்தப்பட... கடைசியாகப் பிரமா அரசன் ஜட்சனை அழைப்பித்து சமாதான... செய்ய, ஆங்கிலோ படைத்தலைவரிடமனுப்பினான். ஜெனரல் காம்பாலானவர் ஜட்சனுடைய விண்ணப்பத்தைக் கேட்டு, சண்டைச் செலவு ஒரு கோடி ரூபாய் மூன்று நாட்களுக்குள் கொடுக்க வேண்டுமென்றார். அதைக் கேட்டு அரசன் கையிலிருந்த நாணயங்களுடன் அரண்மனையிலிருந்த தங்க எ.சிற்படிக முதலாயின உருக்கி, 25 லக்ஷத்திற்குப் பெறுமான தங்கமும் வெள்ளியுங் கொடுத்துப் பாக்கியைப் பிறகு கொடுப்பதாகவும் ஒப்புக் கொண்டான். ஜெனரல்

காம்பல் அதைப் பெற்றுக் கொண்டு இராக்கன்[57] அரக்கன், ஸ்ரீ ராமபுரீ,[58] ஸடோபா சாண்டுவே முதலான இடங்களைத் தன் வசப்படுத்திக் கொண்டு இனி ஐரோப்பிய வியாபாரிகளை அக்கிரமமாய் நடத்தப்படாதென்று பிரமா அரசனுடன் உடன்படிக்கைச் செய்து, இரங்கோனில் ஒரு ஏஜன்டை மாத்திரம் நியமித்து விட்டு, சுயதேக்கன் கோபுரத்திலிருந்த இராணுவங்களை அழைத்துக் கொண்டு, ஐட்சன் துரை துரைசானியுடன் படைகள் சூழ இரங்கோனை விட்டுப் போய்விட்டான். இவ்விதமாக முதல் சண்டை முடிந்தது.

4. **இரண்டாவது சண்டை:** சில காலத்திற்குப் பிறகு, பிரம கவர்மெண்டார் மேற்சொன்ன உடன்படிக்கைகளை அலக்ஷித்து, முன் போலவே ஐரோப்பிய வியாபாரிகளையும் இந்தியா கவர்னர் ஜெனரல் ஏஜண்டையும் வதைக்கத் தலைப்பட்டார்கள். இந்தியா கவர்மெண்டார் அநேக முறை எச்சரித்தும், பிரமர் கேளாமல் மறுபடியும் மானபங்க... செய்யத் தலைப்படவே, ஐரோப்பிய வியாபாரிகளும் ஏஜெண்டுகளும் மோல்மீனுக்குப்போய் அங்கிருந்து அபயங்கூறவே, கவர்னர் ஜெனரல் பிரம தேசத்தின் பேரில் படையெடுக்க உத்தரவு கொடுத்து விட்டார். சென்னை இராணுவங்களும், கல்கத்தா இராணுவங்களும் பம்பாய் போர்க்கப்பல்களும் 1858 வரு ஏப்ரல் மீ 10உ இரங்கோன் நதிக்குள் பிரவேசித்தன. ஜெனரல் காட்வின் கல்கத்தாவிலிருந்து வந்தவுடனே சண்டை யாரம்பமாயிற்று. ஆற்றில் இருந்துக் கொண்டே அக்கினி பாணம் விட்டு ஜெனரல் காட்வின் இரங்கோன் பட்டணத்தைத் தீக்கரையாக்கினான்.

மூன்றாம் நாளாகி 1858 வரு ஏப்ரல் மீ 13உ படைகள் கப்பலை விட்டுக் கரைக்கு வந்தன. 18 வது ராயல்ஜரி.., 51 வது ளி.ரி லயிட், 40 வது பெங்கால் இன்டிபென்டிசிகள், சாப்பர்ஸ்மைனர்ஸ், 35 வது 9 வது மதராஸ் நேட்டிவ் இன்பென்டிரிகளுமாக அணிவகுத்து நிற்க, சுயதேக்கன் கோபுரத்தின் தெற்கு வாசல் வழியில் பிரமர் தகுந்த ஏற்பாடுடன் காத்திருப்பதாக ஜெனரல் காட்வினுக்குத் தெரிந்து, அந்தப்புறமாய்ச் செல்லாமல் கிழக்கு வாசலை நோக்கி நாலு பீரங்கிகளுடன் 51 வது லயிட் இன்பென்டிரியின் நாலு கம்பெனிகளையும், சில ஆபீசர்களையும் சேர்த்துக் கொண்டு ஒரு மேட்டின் பேரில் போன போது, பிரமர் பீரங்கியால் சுட ஆரம்பித்தார்கள். மறுபக்கத்தில் பிரமர் ஒளித்து வந்து எதிர்த்தார்கள். இவ்வித ஏற்பாட்டைப் பிரமரிடத்தில் ஜெனரல் காட்வின் கண்ட போது முன் செய்த முதற் சண்டையில்

---

57. பிரமர் இந்த பூமியை இராக்ஷத பூமி யென்றழைக்க இராக்கன் என்றார்கள். ஐரோப்பியரை அரக்கான் என்கிறார்கள்.

58. ஸ்ரீ ராமபுரி என்பதை ஐரோப்பியர் ராம்ரி என்கிறார்கள்.

பிரமர் இவ்விதமாக எதிர்க்கவில்லையே யாரோ ஐரோப்பியன் இவர்களைச் சண்டைக்குப் பழக்கி யிருக்கவேண்டுமென்றார். மேலும் ஆங்கிலேய படைகள் முன்னேறாத விதமாய் எதிர்த்தடிக்கும் படித் தகுமான இடத்தில் பிரமர் பீரங்கிகளை நிறுத்தி வைத்துக் கொண்டு சுட்டார்கள். இதையறிந்த மேஜர் ரீட், கர்னல் போர்ட், மேஜர் ஓக்ஸ் முதலானவர்கள் மிகுந்த சாதுர்யமாய்ப் பீரங்கிகளை நிறுத்தி பிரமருடைய நிரைக்கட்டை நோக்கிச் சுட்டார்கள். இப்படி யிவர்கள் சுட்டுக் கொண்டிருப்பதற்குள்ளாக நிரைக் கட்டையின் பேரிலேற நாலு ஏணிகளையும், பீரங்கிப் பட்டாளத்தை நடத்த மரப்பாலங்களையும் சாப்பர்ஸ் மைனர்ஸ் சித்தஞ் செய்திருந்தார்கள். ஏணிகளும் பாலங்களும் தயாராயினவுடன், இனி பிரமருடைய நிரைக்கட்டையின் பேரில் பிரசண்ட மாருதஞ் செய்யவேண்டுமென்று 51 வது மேலிட இன்பென்டரியில் நாலு கம்பெனிகளையும், சாப்பர்ஸ் மைனர்ஸ்களையும் சேர்த்தனுப்ப அவர்கள் ஏணிகளைத் தூக்கிக்கொண்டு போகும் போது அவர்களின் பேரில் பிரமர் விடும் குண்டுமாரியால் சிலர் விழுவதும் சிலர் சாவதுமாயிருந்தும், ஆங்கிலேய படைவீரர் ஒரே பிடிவாதமாய் குண்டுமாரிக்கு மத்தியில் ஏணியைத் தூக்கிக் கொண்டு போய், நிரைக் கட்டையின் பேரில் வைத்தேறி அதைப் பிடித்துக் கொண்டு பிரமரைத் துரத்தி அடித்தார்கள். இந்தச் சண்டையில் சில துரைகளுக்கு பலத்த காயம். மதராஸ் ஆர்ட்டில் லோ..லிருந்து ஓடிவந்து பிரமராஜனை அடுத்திருந்த ஐரோப்பிய ஆபீசர் கோவின் என்பவன் பிரமரைப் போல் வேடந்தரித்து பிரமரோடு கலந்திருந்தான். ஆங்கிலேயர் அவனைத் தெரிந்துக் கொண்டு, அவன் சாகும்படிக் குறிப்பாய்ச் சுட்டுத் தள்ளினார்கள். ஐரோப்பியர் பீரங்கிப் பட்டாளத்தில் பழகின ஆபீசராமிவன். அவன் தான் பிரமருக்குப் பீரங்கிச் சண்டையைப் பழக்கி வைத்தான். சுயதேக்கன் கோபுரத்தைச் சுற்றிலும் இருக்கும் மரக் கோபுரங்களும் மண்டபங்களும் அன்றிரவு முழுதும் எரியும்படிக் கப்பலிலிருந்து அக்கினி பாணங்கள் விடப்பட்டன. அது ஆங்கிலேயர்களுக்கு வேடிக்கையாகவிருந்தது. இராமர் இராவணன் சண்டையில் விட்ட பாணங்களைப்போ லிருக்கிறதென்று பிரமர் சொல்லிக் கொண்டார்களாம்.

13ந் தேதி முழுமையும் ஆங்கிலேயர் சண்டை செய்யாமல் அயர்ந்திருந்து, 14 ந் தேதி காலையில் பின்னும் படைகள் சுயதேக்கன் கோபுரத்தை நோக்கிச் சென்றன. 80 வது பட்டாளத்தை நாலு பீரங்கிகளுடன் ஜெனரல் காட்வின் முன் நடத்த, பிரமர் முன்னும் பின்னுமாக எதிர்த்தார்கள். காலை 7 — மணிக்கெல்லாம் துப்பாக்கி சத்தமிடுவதும், பீரங்கி முழங்குவதுமாகவு மிருந்தன. ஆங்கிலேயப் படைகள் பிரமரைத் துரத்தி யடித்தாலும் அவர்களுக்குள் குண்டு பட்டு விழுகிறவர்களை டோலியில் அடிக்கடி தூக்கிக் கொண்டு

போயிருந்தார்கள். ஆங்கிலேயர் காட்டைக் கடந்து பிரமர் ஜிஞ்ஜாலி பீரங்கி சுடும் இடத்திற்கு வந்த போது, பிரமர் ஒரு கோபுரத்திற்குச் சமீபமாயிருந்து வெகுநேரம் சுட்டுக் கொண்டே யிருந்தார்கள். இந்தச் சமயத்தில் ஆங்கிலேயர் படைகளனைத்தும் வந்து பெருங் கூட்டமாய்ச் சுட்டன. அதைக் கண்டு பிரமர் அமோகமாய்ப் பீரங்கி குண்டுகளை விட்டார்கள். குண்டுகள் வருவதைக் கண்டு ஆங்கிலேயர் பட்டாளம் ஒரு சிறிய குன்றின் சார்பில் மறைந்தது. பிரமர் விடும் பீரங்கி குண்டுகள் ஆங்கிலேயர் படைக்கு முன்னும் ஜிஞ்ஜாலி குண்டுகள் தலைக்கு மேலும் பறந்தன. எந்தப் பக்கமும் ஆங்கிலேயர் அசைய இசைவுபடாமலிருக்க பிரமருடைய குண்டு வேறொரு பக்கஞ் சாயவே ஆங்கிலேயப் படைகள் முன்னுக்கு நடந்தன. அநேக ஐரோப்பியருக்கும், சிப்பாய்களுக்கும் காயம் பட்டது. சுமார் 10 மணிக்கு ஒரு பெரிய பீரங்கியை மேஜர் பாக் கொண்டு வந்து, பிரமர் நிரைக் கட்டையை நோக்கிச் சுட்டார். இவ்விதமாக இருவரும் பதினொன்றாவது மணி வரைக்கும் சுட்டுக் கொண்டிருந்தார்கள். அப்போது ஜெனரல் காட்வினிடம் காப்டன் லாட்டர் ஓடிப்போய் இந்த விதமான சண்டையில் பத்துப் பேரை மடிய வைப்பதை விட பிரசண்ட மாருதத்தில் ஒருவனை இழந்தாலும் காரியம் சித்தியாகு மென்றார். அப்படியே ஜெனரல் சம்மதிக்க அந்தச் சண்ட மாருதப் படையை நடத்தத் தனக்கு உத்தரவு கொடுக்க வேண்டுமென்று காப்டன் லாட்டர் கேட்க, ஜெனரல் அதற்கும் சம்மதித்தார். அப்போது கோபுரத்திற்கு 800 கஜ தூரத்தில் ஆங்கிலேய படைக ளிருந்தன. மேஜர் லாக்கார்டு 80 — வது பட்டாளத்தின் ஒரு 2 — ம் பகுதியையும், 18 — வது ஐரிஷில் இரண்டு கம்பெனிகளையும், 40 வது பெங்கால் இன்பென்டிரியில் இரண்டு கம்பெனிகளையுஞ் சேர்த்து கர்னல் கூட் அதிகாரத்தின் கீழ் காப்டன் லாட்டர் நடத்த ஆரம்பித்தார். அவர்களிருக்கு மிடத்திற்கும் கோபுர மலைக்கு மத்தியில் ஒரு சிறு கணவாயிருந்தது. மலையைச் சுற்றிலும் மூன்று வரிசையாகச் சுவர்கள் கட்டி அதன் பேரில் பீரங்கிகளைப் பிரமர் நிறுத்தி வைத்தார்கள். கிழக்கு மேற்கு வடக்கு ஆகிய மூன்று வாசல்களையுத் பிரமர் அடைத்து விட்டார்கள். மேற்சொன்ன ஆங்கிலேயப் படைகள் பிரசண்ட மாருதஞ் செய்யப் புறப்பட்டு, நேராய்க் கணவாயைக் கடந்து மலையை நெருங்க நெருங்க சுவற்றின் பேரிலேற்றி யிருந்த பீரங்கிகளை முழக்கி ஆங்கிலேயப் படைகளின் பேரில் பிரமர் குண்டு மாரிபொழிந்தார்கள். அக்குண்டுகளுக்கு ஆங்கிலேயப் படைகள் சற்றுஞ் சலியாமல் நேராய் கீழ்வாசலை சமீபித்துக் கதவைத் தள்ளி உடனே திறந்து விட்டார்கள். திறந்தமாத்திரத்தில் படபடவென படிகளின் பேரில் வெகு வேகமாய் ஆங்கிலேயப் படைகள் ஏறவே, அவர்கள் பேரில் வந்து விழுந்த குண்டுகள் இலேசாக வதைக்கவில்லை. எவ்வளவு

குண்டுகள் ஊடுருவிப் பாய்ந்தாலும் ஆங்கிலேயப் படைகள் பின்தாங்கி ஒரு நொடி நேரமும் நிற்காமல், மேலேறிக் கொண்டே போனார்கள். கீழ்ப்படியில் ..னே லேபடனென்ட் டோரண்டுக்கு பிராணன் போகும்படி நாலு குண்டுகள் பாய்ந்து விழுந்து விட்டார். அவர் பக்கத்திலிருந்த இருவர் விழுந்து விட்டார்கள். கர்னல் கூட்டுக்கு காயம் பட்டது. ஆங்கிலேயப் படைகள் மேல்தட்டுக்குப் போய் சேர்ந்து விட்டன. ஆங்கிலேயர் ஈட்டிக்கு முன் பிரமர் பறந்தோடிப் போனார்கள். “ஜெயங்கொண்டோம்” என்னும் சப்தம் காது செவிடுபடக் கேட்டது. அந்தச் சப்தத்தைக் கேட்கக் கேட்க ஆங்கிலேயப் படைகளுக் கானந்தம் உண்டாகியது. அதற்குள்ளாக ஜெனரல் காட்வினும் கோபுரத்திற்குள்ளாக வந்து சிங்கக் கொடியை நாட்டினார். சுயதேக்கன் கோபுரம் இரண்டாந்தரம் ஆங்கிலேயர் கைக்கு கிடைத்து விட்டது. அன்றிரவு அயர்ந்து நித்திரை செய்து விட்டு, மறுநாள் கோபுரத்தைச் சுற்றிப் பார்த்து வருகிற போது புதிய மனிதரை மிகப் பிரியமுடன் அனுசரிப்பவர் போல் புன்சிரிப்புடன் புத்த கௌதமரின் சிலை இருப்பதாகப் படைவீரர்கள் கண்டு பேசிக் கொண்டார்களாம். இந்தச் சண்டையால் ஆங்கிலேயப் படைகளில் கொல்லப்பட்டவர்கள் 17, காயப்பட்டவர்கள் 132. காணாமற் போனவர்கள் ஒருவருமில்லை. முதல் சண்டையில் இந்தக் கோபுரத்தைக் காத்தது போலவே இரண்டாவது சண்டையிலும் மதராஸ் சிப்பாய்கள் காத்துப் பேரெடுத்தார்கள். ஆங்கிலேயர் விடுத்த பீரங்கிக் குண்டுகள் வந்து பாய்வதைக் கேட்டு, இரங்கோன் பட்டணத்திலிருந்த பிரமரும், பெகுகாரரும், போர்த்துகீஸ்காரரும், பார்சிகளும், மொகலாயரும், சீனரும், ஆணும், பெண்ணும், கிழமும், குழந்தையுமாக பயந்து காட்டுக்கு ஓடிப் போனார்களாம். பிரமராஜனின் கவர்னராகிய மியவோன் அந்தச் சண்டைக் காலத்திலில்லை அவனுக்குக் கீழ் உத்தியோகஸ்தனான ரேவன் என்பவ னிருந்தான். அப்போது இரங்கோன் நகரத்தில் ஒரு பெரிய போர்க்கப்பல் வந்ததென்று அவன் கேட்டு, அந்தக் கப்பலில் வந்திருக்கும் அந்நிய நாட்டார் என் அடிமைகள், அவர்களைச் சிறைப்படுத்திக் கட்டும்படிக்கு இரண்டு மூன்று அடி நீளத்திற்குக் கயிறுகளை ஆயிரங்கணக்காகத் துண்டித்து வைத்துச் சொன்னானாம். இரண்டாவது அவனுடைய உத்தரவென்ன வென்றால், ஆங்கிலேயர் தொப்பியை மாட்டிக் கொண்டிருக்கும் அமெரிக்கா மிஷனெரிகள் அமெரிக்கா வியாபாரிகள் முதலிய இங்கிலீஷ் காரரையெல்லாம் பிடித்துச் சிறைப்படுத்தச் சொன்னான். சிலரை குரூரமாய் நடத்தினான். ஆனால் ஆங்கிலேயர் கோபுரத்தைப் பிடிக்கு முன்னமே தனக்கு வேண்டிய திரவியத்தை எடுத்துக் கொண்டு இவனும் ஓட்டம் பிடித்தான். சிறையிலிருந்தவர்களும்

விடுவிக்கப்பட்டார்கள். இவ்வளவோடு கோபுரத்தின் கிழக்கு வாசல் முகப்பின் சண்டைக்காட்சிகள் முடிந்தன.

5. **கருடஸ்தம்பம்:** இனி கோபுரத்தின் கிழக்கு வாசலை நோக்கிச் செல்லுகையில், அங்குப் பல சிறிய கோபுரங்களும், அங்கங்கே சிறிய கண்டாமணிகளும், கருடஸ்தம்பங்களு மிருக்கின்றன. அந்த ஸ்தம்ப மொவ்வொன்றின் பேரில் விஷ்ணு வாகனமாகிய கருடன் வஸ்திரத்தைப் போன்ற நீண்ட பிரியொன்றை கவ்விக் கொண்டிருக்கிறது. அதின் சரித்திரமாவது: இந்த உலகத்திற்கு முன்னே வேறொரு உலகமிருந்தது. அந்த உலகமானது அழிந்துபோகக் காலம் சமீபித்த போது இந்தக் கோபுரம் கட்டியிருக்கு மிந்தத் தென் கோத்திர மலையின் பேரில் ஐந்து தாமரை குமிழ்கள் வெளிப்பட்டு, அவைகள் மலர்ந்த போது, அவைகளினிதழ்கள் ஒவ்வொன்றிநின்று பௌத்த மதத் துறவிகள் (பொங்கிகள்) அணிந்து கொள்ளும் மஞ்சள் நிறமான வஸ்திரங்கள் தோன்றின. இது இப்படியிருக்க, அந்த மலையின் பேரில் ஒரு பெரிய பக்ஷியானது தங்கியிருந்து ஒரே முட்டையிட்டது. அந்தக்ஷணமே அதிலிருந்து"கார்வேகி" என்னும் கருடன் வெளிப்பட்டு, அவ்வஸ்திரங்களை கவர்ந்துகொண்டு தெய்வலோகஞ் சென்று விட்டது. அப்போது அந்த உலகம் முடிவுக்கு வந்துவிடுமென்றும், ஐந்து புத்தர்கள் தோன்றுவார்களென்றும் அறிகுறியாக அக்காலத்திலிருந்த ஜனங்கள் தெரிந்துக் கொண்டார்கள். அவ்வாறே அந்த உலகம் அழிந்துபோய் அநேக ஆயிரமாயிர வருஷங்களுக்குப் பின் அணுவணுவோடுப் பல்லாயிர வருஷங்களாகக் கூடி பூமியுண்டாயிற்று. இந்தப் பூமியானது முதலாவது புத்தராகிய கர்த்தனை வரப்பெற்றது. அவர் இந்தத் தென் கோத்திர மலையின் பேரில் தமது தண்டாயுதத்தை விட்டு விட்டுப் போனார். அவருக்குப் பின் வந்தவர் கவுனகன் குடிக்கும் பாத்திரத்தை வைத்துவிட்டுப் போனார். அவருக்குப் பின் மூன்றாவதாக வந்தவர் காதப்பன் குளிக்கும் வஸ்திரத்தை வைத்துப் போனார். இத்தென்கோத்திர மலையினின்று கிளம்பி ஐந்து புத்தர்கள் வருவார்களென்று இவ்வுலக உற்பத்திக்கு முன்னமே அறிவித்த கருடனிதுதான்; என்று பிரமர் மிக விசுவாசமாய் இந்தச் சரித்திரத்தைச் சொல்லுவார்கள்.

கிழக்குவாசல்: இந்தக் கருடஸ்தம்பத்தை விட்டு சற்றுச் செல்லுவோமானால் கீழ்வாசல் படிகள் தோன்றும். ஆங்கிலேயர்கள் இரண்டாந்தரம் பிரமரோடு சண்டை செய்து, இந்தக் கோபுரத்தைப் பிடித்த போது இந்த வாசல் வழியாகத்தான் முதல் நுழைந்தது. அதற்கெதிர்முகமாய்ப் புத்தரது விக்கிரகமொன்று இருக்கிறது. இங்கே பக்தர்கள் எந்த நேரத்திலும் தொழுது கொண்டிருப்பார்கள். ஆண் பிள்ளைகள் முழங்கால் படியிட்டுக் கொண்டாவது கால்களை மடித்து உட்கார்ந்து கொண்டாவது இரு கைகளையும்

குவித்து சிரசுக்கு சமீபமாய் வைத்து முன்புறமாய் சற்றுச் சாய்ந்து துதிப்பார்கள். பெண்களோ முற்றிலும் முழங்கால்களை மடித்து உட்கார்ந்து பாதங்களிரண்டையும் தங்களாடையால் மூடிக் கொள்வார்கள். அதேனென்றால் சமீபமாய் செல்லும் தங்கள் சினேகர் சில வேளை ஆடையை முதுகின்மேல் விழுத்துவிடக் கூடுமானதாகும் என்று இவ்விதமாக உட்கார்ந்து கொள்வார்கள். புத்தரது விக்கிரகத்தை நோக்கி ஜெபிக்கு முன் தங்கள் சிரசு தரையில் படும்படி மூன்று தரம் வணங்குவார்கள். ஜெபத்தை முடிக்கும் போது அப்படியே மூன்று தரம் வணங்கி எழுந்துநின்று வலது புறமாய்த் திரும்பி நடப்பார்கள்.

காணிக்கை: அவர்கள் தொழும்போது பூ அல்லது மெழுகுவர்த்தி அல்லது காகிதத்தால் செய்த சிறு துவஜம் முதலியவற்றை கரத்திலேந்தி ஜெபித்தபின்பு அவைகளைக் காணிக்கையாக புத்தர் விக்கிரகத்திற்குச் செலுத்துவார்கள். அரிசிப்பொரிக்குப் பல வர்ணமிட்டு அவைகளை மலர்களைப்போல மாலையாகவும் செண்டாகவும் சேர்த்து சுவாமிக்கு அர்ச்சிப்பார்கள். காகித துவஜங்கள் பல்லியைப் போலவும் பலவிதரூபங்களாகவும் வெட்டப்பட்டிருக்கும். சிலர் துணிகளால் செய்தும் சிலர் தகடால் செய்தும் துவஜங்களைக் கொண்டு வந்து செலுத்துவார். அந்தத் துவஜங்களில் சிலர் எழுதிவைப்பதுமுண்டு. சாதாரணமாய் எழுதி வைத்திருக்கும் வாக்கியங்களாவன, "இந்த காகிதக் கொடியை காணிக்கையாகச் செலுத்துவதால் அதை செலுத்தினவன் மிகுந்த பலசாலியாகக் கடவன். இந்தக் காகிதத்தால் புதன் கிழமை பிறந்த பிள்ளைகள் தெய்வங்களாலும் மனிதர்களாலும் ஆசீர்வதிக்கப்படுவார்கள். வெள்ளிக் கிழமை பிறந்த மனிதன் பக்தியால் செலுத்தும் இந்தக் காணிக்கையின் பயனைப் பெறுவானாம். திங்கட்கிழமை பிறந்தவன் வியாதியினின்றும் மூன்று விபத்துக்களினின்றும் மீட்கப்படக்கடவன்" என்று இவ்விதம் பல விதமாய் அவரவர்கள் பிறந்தநாட்களைக்குறித்து, எழுதிவைப்பதுண்டு. எழுதாமலும் வைப்பதுண்டு.

ஜெபம்: பௌத்த சமயிகளாகிய பிரமர் யாவருஞ் செய்யுஞ் ஜெபம் ஒரே விதமானதல்ல. சிலர் புத்தரதுமகிமையைச்சொல்லியே துதிப்பார்கள். சிலர் அவர் கட்டளையைச் சொல்லிக் கொள்வார்கள். சிலர் பாடசாலையில் இருக்கும் போது குருக்கள் சொல்லுவதைக் கற்றுக் கொண்டு சொல்லுவார்கள். சிலர் தங்களிஷ்டமான விதமாய் சில வார்த்தைகளைச் சொல்லித் துதிப்பார்கள். இன்னின்ன வார்த்தைகளைச் சொல்லி ஜெபிக்க வேண்டுமென்று புத்தர் கட்டளை யிடவில்லையாம். பெரும்பாலார் ஜெபத்தில் என்ன சொல்லுகிறார்களென்றால்: — "அவதாரா! அவதாரா! என் தேகத்தைக் கொண்டும் இந்த மூன்று கணங்களைக் கொண்டும்

நான் வணங்குகிறேன். முதலாவதையும் இரண்டாவதையும் மூன்றாவதையும் சேர்த்து ஒருதரம் இரண்டு தரம் மூன்றாந்தர மட்டும் சேவிக்கின்றேன். ஆண்டவர் அருமையானவர், நீதி அருமையானது, சங்கம் அருமையானது. இம்மூன்றும் அருமையானவை. தொண்டனாகியநான் மிகத் தாழ்மையோடும் கெட்டியான வைராக்கியத்தோடும், கட்டிய கைகளோடும், பணிகிறேன். நிவேதனஞ் செய்கிறேன். பயபக்தியான நோக்கத்தோடு தாழ்ந்து சாஷ்டாங்கஞ் செய்கிறேன். இவ்விதமாக வணங்குவதால் எனக்குப் புண்ணிய முண்டாகிறது. முயற்சியும் இருதய சுத்தியும்ஞ்.ரிக்கின்றன. நாலுவகை தண்டனைகளிலிருந்தும் பசி, ஞ்ளைநோய் போராட்ட முதலிய இம்மூன்று துர்க்கருமங்களிலிருந்தும் எட்டு நரகக் குழிகளிலிருந்தும், ஐந்து சத்துருக்களிலிருந்தும் நான் தப்பிக்கிறேன். கடைசியாக என் ஜீவியத்தின் முடிவு எனக்கு வந்தபோது நான் நிருவாண பதவிக்குள் செல்வேனாகவும்." என்று இவ்விதமாகப் பிரமர் புத்த விக்கிரகத்தை நோக்கி மாத்திரமல்ல கோபுரத்தையும் நோக்கியும் துதிப்பார்கள். எந்த நேரத்தில் ஜெபிக்க விரும்புகிறார்களோ? அந்த நேரத்தில் கோபுரவிருக்கும் திசையை நோக்கி ஜெபிப்பார்கள். அவர்கள் கோபுரத்தின் தங்கச் சிகரத்தை எவ்வளவு தூரத்திலிருந்து பார்த்தாலும் அங்கே உட்கார்ந்து ஜெபிப்பார்கள்.

பளிங்கு மண்டபம்: கிழக்குவாசல் விக்கிரகத்திற்கு வடக்குப் புறமாயுள்ள பளிங்கு மண்டபங்களில் பல பக்திமான்களின் சரித்திரங்களையும் துஷ்ட மஹா பாவிகளின் சரித்திரத்தையும் குறிக்கும் படங்கள் பல வர்ணமிட்டு எழுதப்பட்டிருக்கின்றன.

மணிகள்: வடக்கு மூலையில் மஹா கண்ட மொன்றிருக்கிறது. கிறிஸ்தவர்களும் இந்துக்களும் பூஜிக்கும் போது ஜனங்களை அழைக்கவோ? அல்லது அவர்கள் கவனத்தைச் செலுத்தவோ? கோயிலில் மணியை அடிப்பது போல, பிரமர் ஏக காலத்தில் கூடி தொழும்படி மணியை யடிப்பதில்லை. புத்த கடவுளின் மகிமையை பல தரம் உச்சரித்ததாக அறிவிப்பதற்காகவே கோபுரங்களில் மணிகள் கட்டப்பட்டிருக்கின்றன. பிரமனொருவன் கடவுளைத் தொழுத பிறகு மணியினிடத்தில் சென்று ஒரு மான் கொம்பை யேந்திக் கொண்டு மூன்றுதர மடிப்பான். அப்படி அடிப்பதால் அவன் செய்த தோத்திரத்தை நாலு உலகங்களுக்கும் அவைகளைக் காத்திருக்கும் நாதர்களுக்கும் அறிவிக்கின்றான். பிரமர் அவரவர்கள் செய்யும் தோத்திரத்திற்கும் பக்தி விசுவாசத்திற்கும் அவரவர்கள் உத்திரவாதி. பௌத்த சமயிகளஞ்லாத இதர சமயத்தாரும் இந்த மஹா கண்டாமணியை ஞ்..லாம். மணியோசையை தெய்வங்கள் கேட்டு பக்தர்கள் ஞ்.ன்றார்களென ஆனந்திப்பார்களாம். பிரமர் கோபுரங்க..ள்ள மணிகளை பிரமர் செய்கின்றார்களே யொழிய

இந்தியா ஐரோப்பா முதலான இடங்களிலிருந்து அவைகள் செய்து வருவதில்லை. அவைகளை யெவ்விதமாய்ச் செய்கின்றார்களென்றால், எந்தப் பிரமாணத்திற்கு மணி செய்ய வேண்டுமோ அந்தப் பிராமணத்திற்குக் களி மண்ணால் ஒரு உருவத்தை செய்து கொண்டு எவ்வளவு தடிப்புக்கு மணியிருக்க வேண்டுமோ அவ்வளவு தடிப்புக்குத் தேன் மெழுக்கை அந்த உருவத்தின் பேரில் பூசுவார்கள். அதன் பேரில் களி மண்ணை அணைத்துத் தலைகீழாய் புரட்டிச் சிறு துவாரங்கள் செய்து, செம்பையும் தங்கத்தையும் உருக்கி அந்த துவாரங்களின் வழியாய் வார்ப்பார்கள். அப்போது மெழுகுருகி வெளியே கசிய, உலோகம் இறுகிப்போய் மணி வடிவமாகும். அதைச் சுத்தி செய்து கோயிலில் கொண்டு வந்து செலுத்துவார்கள். பிரமர் வீடுகளில் மணிகளை வைத்திருக்க மாட்டார்கள். அவைகளை கோபுரங்களில் தானே இருக்கச் செய்வார்கள்.

மஹா கண்டம்: இந்த மஹா கண்டமானது இராவதி நாட்டின் அரசனால் கி.பி. 1840 — வருஷம் கொடுக்கப்பட்டது. கிளாஸ்கோ என்னும் பட்டணத்திலிருக்கும் மணியானது இவ்வுலகத்திலுள்ள மணிகளுக்கெல்லாம் பெரியது. அதற்கு இரண்டாவதாயுள்ளது வட பர்மாவில் மாந்தலை நகரத்திற்குச் சமீபமாயுள்ள மிங்கனி லிருப்பதாம். இவ்வுலகத்திலுள்ள மணிகளில் மூன்றாவதாக விருப்பது இந்த மஹா கண்டந்தான். இந்த மஹா கண்டத்தின் உயரம் 14 அடிகள். அடிவட்டத்தின் குறுக்களவு 7 — அடி 7 லு — அங்குலம், தடிப்பு 15 — அங்குலம், நிறையோ 94,682 — பவுன் அதாவது 42 — டன் பாரம். இந்த கண்டாமணிக்குள்ளே ஐந்து அல்லது ஆறு பேர் சாதாரணமாய் நிற்கலாம். ஆங்கிலேயர் பிரமரோடு சண்டை செய்து ஜெயித்து இந்த கோபுரத்தைக் கைப்பற்றிய போது இந்து மஹா கண்டத்தை ஞ். தம்பமாக கல்கத்தாவுக்குக் கொண்டு போகத் தீர்மானித்து கப்பலிலேற்றுகிற போது அது தவறி ஆற்றில் விழுந்து விட்டது. ஆங்கிலேயர்களாலான மட்டும் பிரயாசைப்பட்டும் கப்பலில்... வைக்கவும் கரைக்குக் கொண்டு வரவும் கூடாஞ்ஞ் ..சேற்றில் அழுந்தி விட்டது. அதையெடுக்க முடியாதென்று அவர்கள் தீர்மானித்து விட்டார்கள். பிரமர் இந்த திவ்விய மஹா கண்டத்தை தங்களுக்குத் திரும்பக் கொடுக்கும் படி ஆங்கிலேய அதிகாரிகளைக் கோரிக்கொள்ள நம்மால் ஆகாதது பிறரால் ஆகுமோ? வென்று புன்னகைப்புற்று அவர்கள் கைக்கு கிட்டாத காரிய மென்றெண்ணி மஹா கண்டத்தை எடுத்துக் கொள்ள உத்தரவு செய்து விட்டார்கள். பிரமர் என்ன செய்தார்களென்றால் அவற்றில் ஜலம் வடிந்திருக்கும் சமயத்தில் ஒரு பெரிய விட்டத்தைக் கொண்டு மஹா கண்டத்தில் கட்டி விட்டு அந்த விட்டத்தை சேர்த்து பலத்த தேக்கு மரங்களைக் கொண்டு பெரியவொ தெப்பங்கட்டி விட்டார்கள். சம்பான்களைக் கட்டினதாகவும் சிலர் சொல்லுகிறார்கள். ஆற்றில் ஜலம் பெருகி

வெள்ளமோடும் போது தெப்பமானது மஹா கண்டத்தை சேற்றிலிருந்து தூக்கி நில மட்டத்திற்கு கொண்டு வந்து விட்டது. பிரமர் தெப்பத்தை கரைக்கு இழுத்துக் கொண்டு வந்து மஹா கண்டத்தை கரைசேர்த்து, அதற்கு மாலையிட்டு பூஜித்து மிக வாடம்பரத்துடன் இப்போதிருக்கும் இந்த ஸ்தானத்தில் அதைக் கொண்டு வந்து ஸ்தாபித்தார்கள். (அற்புதமாய் ஆற்றினின்று இந்த இடத்திற்கு வந்து விட்டதென்றும் சொல்லுவதுண்டு. மஹாகண்டத்தின் பேரில் பதிந்திருக்கும் அக்ஷரங்கள் பிரம பாஷையை அடுத்தது. அதில் எழுதியிருப்பதன் கருத்தென்னவென்றால்:—

“நற்கரும வொழுக்கம் நிறைந்து புண்ணிய தியாகத்திற்காக இந்த பெண்மணியை ஒப்படைத்த அரசன் போதாபூரன். ஞான சம்பூரணத்தால் நிருவாண பதவிக்கு நடத்தப்பட்டு நரர், பிரமா முதலானவர்களின் ஆசீர்வாத்ததைப் பெற்றவராக. ஞ்.மறு பிறவிகளில் மனிதர்களுக்கும், நாதர்களுக்ஞ். ஆளுகைக்குரிய பதவியை அவரடைவாராக. இந்த ஞ்..யதத்தைக் குறித்து அவர் பேசும் போது நாதரும் பிரமரும் கேட்டு மகிழும்படியாய் காந்த மன்னன் புன்னகன் ஆள்ஞ் முதலானோர் தொனியைப் போல வேணடிய தூரமட்டும் ஞ்.படியாய் இனியதொனி அவருக்குண்டாவதாகஞ்..விருப்பமாவது, மனதில் எண்ணும் எண்ணமாவது எவ்விதமாயிருந்தாலும் அது அவர் விரும்பியது போலவே நிறைவேறுவதாக. அவர் விரும்பாததும் நினையாததுமான காரியத்தை அவர் எதிர் கொள்ளாதிருப்பதாக. அறி..மடை யென்னும் ஐந்தாவது புத்தர் வெளிப்படும் போது மூன்றுவித மனித பாவிகத்திற்கும் மேலான வேதா.. நாதனாகி விட்டதாக அவர் அறிவிக்கப்படுவாராக. அவர் ஜீவியம் ஒவ்வொன்றிலும் ஞானத்தின் சிரேஷ்டத்தை நித்தியமாயும் சத்தியமாயும் அடைவாராக. இந்த உல வழக்கத்திற்கும் தெய்வத் தன்மைக்கும் தகுந்த விதமாய் அவர் எப்படி விரும்புகிறாரோ அப்படியே அது முடியக் கடவது. இப்படியாக இராணியாகிய இராஜ மாதாவுக்கும், ஜீவனுக்கு சுதந்திரக்காரராகிய இராஜ பிதாவுக்கும் வெள்ளை யானை யதிபனுக்கும், இராஜ மூதாதைக்கும், அலங்க மன்னனுக்கும், இராஜ சிற்றப்பனுக்கும், இராஜ சகோதரி இராணிக்கும், இராஜ குமாரருக்கும், இராஜ குமார்த்திகளுக்கும், இராஜ உறவின் முறையாருக்கும், இராஜ வைப்பாட்டிகளுக்கும், பிரபுக்களுக்கும், இராணுவ உத்தியோகஸ்தர்களுக்கும், ஆசான்களுக்கும், 5000 வருஷங்கள் மட்டும் பக்தர்கள் வணங்கும் ஓசையானது இரங்கோன் பட்டணத்தில் தெய்வ ரோமங்களுக்கு மேல் கட்டியுள்ள ஞாபகச் சின்னத்திற்கு கேட்கும் படியாக மஹா கண்டம் என்னும் இந்தப் பெரிய மணியை தந்த பெரும் புண்ணியத்தின் பயன் உண்டாவதாக. தெய்வ பக்திக்கடுத்த இந்த தர்ம நேமகத்தை காத்திருக்கும் நாதரும் இந்த இராஜ நகரத்தையும் ஞ்யையும் குடையையும் காத்திருக்கும்

நாதரும், இராஜ்ஜியத்ஞ்யையும் ஞ்ணங்களையும் கிராமங்களையும் சுற்றிலும் காத்திருக்கும் நாதரும், தென்கோத்திர மலையில் தெய்வ ரோமங்களின் ஞாபகச் சின்னங்களை காத்திருக்கும் நாகரும், பூமியையும், ஆகாயத்தையும் பிரபஞ்சத்திலுள்ள எல்லா மனித ஜீவர்களையும் காத்திருக்கும் நாதரும் துதித்துப் போற்றி இப்பிரார்த்தனையை ஏற்றுக் கொள்வார்களாக."

ஐரோப்பியர் கல்லறைகள்: இந்த கண்டாமணிக்கு வடகிழக்கு மூலைக்குச் செஞ்.மானால் அங்கே இரண்டஞ்யில் மாண்ட லெப்டன்னட் டேஞ்டும் அவரோடு மரித்த மற்ற இரண்டு ஐரோப்பிய வீரர்களையும் இன்னும் மற்ற இராணுவ உத்தியோகஸ்தர்களையும் புதைக்கப்பட்ட அந்த இடத்தில் கல்லறைகள் கட்டி வைத்திருப்பதைக் காணலாம்.

பின்னும் திரும்பி கண்டாமணியை நோக்கி, செல்லுகையில் சமீபத்திலிருக்கும் மண்டபங்களில் ஜன நெருக்கமும் சத்தமுமில்லாதிருக்கும். இந்த இடத்தில் சில சரித்திரங்களைச் சொல்வோம்.

இரங்கோனுக்கு மேற்கே சுமார் 16 மைல் தூரத்திலுள்ள துவாந்தியென்னும் கிராமத்திற்குச் சமீபமாய் உக்காலபம் என்னும் ஓர் நகரமிருந்தது. அந்த நகரத்தை ஒரு அரசன் உண்டாக்கி அதைப் பிரதானப் பட்டணமாகக் கொண்டு ஆண்டு வந்தான். அந்தப் பட்டணத்தில் ஒரு வர்த்தகன் மிகச் செல்வந்தனாய் என்றும் சோராமல் தர்மஞ்செய்து வருவதை அரசன் கண்டு, தாய்கலை என்னும் பட்டம் அவனுக்கு சூட்டினான்.

கோபுர சரித்திரம்: அந்த வர்த்தகனுக்கு இரண்டு குமாரர்களிருந்தார்கள். ஒருவன் பேர் பூ, அதாவது புறு; மற்றவன் பேர் தாபா அதாவது திரண்ட. அக்காலத்தில் வங்காளத்தில் பஞ்சம் நேர்ந்திருப்பதாக இவ்விரண்டு சகோதரர்களும் கேள்வியுற்று, ஒரு கப்பல் நிரம்ப அரிசியேற்றிக் கொண்டு போய், கங்கை நதி முகத்துவாரத்திகுச் சமீபமாயுள்ள யுக்ளி நாட்டுத் துறைமுகத்தைப் பிடித்துப் பாண்டவ நகரத்தில் நங்கூரம் போட்டு, நகருக்குள் சென்று, ஞ்ஞ் வண்டிகளுக்கு ஒப்பந்தஞ் செய்து, அரிசியை வண்டிகளிலேற்றி விட்டு, அவைகளோடு நகரை நோக்கிச் செல்லுகையில், முன்பிறப்பில் தங்களுக்குத் தாயாகவிருந்த நாத மென்னும் தேவதை அவர்களுக்கு எதிர்ப்பட அவர்கள் நோக்கத்தை அந்த தேவதைக்குச் சொல்ல, அந்த தேவன் சகோதரரை நோக்கி, நீங்கள் தங்கம் வெள்ளி வியாபாரம் செய்ய விரும்புகிறீர்களா? அல்லது பாக்கியத்தை விரும்புகிறீர்களா என்று கேட்ட போது 'தெய்வ பாக்கியத்தையே விரும்புகிறோம்' என்று, இருவருஞ் சொல்ல, அந்த தேவதை அவருக்கு வேண்டிய நற்போதனைகளைச் செய்து, அதைப் பின்ஞ்றாடரச் சொல்ல,

அவர்கள் பிரயாணப்பட்டு பாட்னா நகருக்கு சமீபமாயுள்ள களபா என்னுமிடத்தில் ஒரு மரத்தின் கீழ் நிர்வாண பருவத்தையடைந்திருந்த புத்த கௌதமரைக் கண்டு தரிசித்து, அவர்கள் வெகு தூரத்திலிருந்து வந்ததாகவும், கௌதமரை நினைத்து எக்காலமும் துதிக்க யாதேனும் ஒரு சேடம் தந்தருள வேண்டுமெனப் பிரார்திதித்தார்கள். அதைக் கேட்ட கௌதமர் அவருக்கு முன்னிருந்த மூன்று புத்தர்களும் தங்கள் தங்கள் சேடமாக ஒருவர் குளிக்கும் ஆடையும், ஒருவர் குடிக்கும் கிண்ணமும், ஒருவர் ஊன்றும் தண்டா..மும் சுவர்ண பூமியில் தென் கோத்திர மலையின் பேரில் பரிமள எண்ணெய் வடியும் ஒரு விருக்ஷத்தின் கீழ் புதைக்கப்பட்டிருக்கின்றன என்றறிவித்து, அவர் சிரசை அவர் கையால் தேய்த்தெடுத்த போது அவர் விரல்களைப் பற்றிக் கொண்டு உரோமங்கள் வந்தன. சகோதரர் ஒவ்வொருவருக்கும் நான்கு உரோமங்களைக் கொடுத்து அவைகளை முன் சொன்ன சேடங்களோடு சேர்த்து வைத்துத் துதிக்கக் கட்டளையிட்டு ஒருவனுக்கு தபசன் என்றும் மற்றவனுக்கு பாலிகன் என்றும் பேரிடலானார். சகோதரர்கள் அந்த உரோமங்களைத் தங்கச் சிமிழொன்றில் அடக்கஞ் செய்துகொண்டு கப்பலுக்குத் திரும்பித் தங்கள் நாட்டை நோக்கிப் புறப்பட்டார்கள். வழியில் தங்கிய ஜெயாளி அல்லது ஜெயித்தி என்னும் நகரத்தரசன் அந்த உரோமங்களிலிரண்டைக் கொடுத்து விட்டுப் போகும்படி கட்டாயப்படுத்தினான். அந்த இடத்தை விட்டுப் புறப்பட்டு ..கரி முனைக்கு அவர்கள் வந்த போது தன்னை வணங்கிக் கொண்டுஞ். பிரயாணிகளின் கப்பல்களை முழுக்கடித்து உபத்திரவஞ் செய்யும் நாகன் என்பவன் காத்திருந்து அந்த உரோமங்களி லிரண்டைக் கொடுக்கும் படி கேட்க, சகோதரர்கள் அவைகளைக் கொடுக்கச் சற்று மனமில்லாதவர்களாயிருந்தும் இரண்டும் உரோமங்களை அவனுக்குக் கொடுத்தார்கள். அங்கிருந்து உக்காலபம் பட்டணத்தை வந்து சேர்ந்து, தங்கச் சிமிளைத் திறந்து பார்த்தபோது, கௌதமர் கொடுத்த எட்டு உரோமங்களும் அவர் கொடுத்தது போலவே யிருக்கக் கண்டு ஆச்சரியப்பட்டார்கள். உக்காலபர் நகரையாண்ட அரசன் மந்திரி பிரதானி முதலானவர்களுடன் படை சூழக் கப்பலுக்கு வந்து கௌதமர் சேடத்தை மிகவாடம்பரத்துடன் கொண்டு போனான். கௌதமர் கட்டளைப்படியே மறைந்திருக்கும் மற்ற சேடங்களைத் தேட, அரசனும் அவ்விரண்டு சகோதரர்களும் ஆரம்பித்தார்கள். பல பிரயத்தனப்பட்டும் காணாமற்போக, பூமா தேவியானவள் பிரசன்னமாகி, அந்த இடத்தைக் காட்டினதாகச் சிலர் சொல்லுகிறார்கள். சிலர் சொல்லுவதென்னவென்றால் பல்லாண்டு பல்லாண்டாக இந்த தென் கோத்திர மலையில் புத்தர் சேடங்களைக் காத்துக்கிடந்த ஒரு பூதத்திற்கு மாத்திரம் அந்த இடந் தெரியுமென்று சகோதரர்கள் அறிந்து, அந்த பூதத்தினிடத்திற்குப் போய் அந்த

இடத்தைக் காட்ட வேண்டுமென்று அதை வேண்டிக்கொள்ள மிகுந்த முதிர்ந்த பருவத்தால் கண்ணிமைகள் பெருத்து விழிகளை மூடிக் கொணடிருப்பதால் கண்ணைத் திறந்தால் நான் பார்த்து இடத்தைக் குறிப்பாய் காட்டக்கூடுமென்று அந்த பூதஞ் சொல்ல சகோதரிருவரும் இரண்டு பெரிய விட்டங்களைக் கொண்டு மிகுந்த பிரயாசத்துடன் அந்த பூதத்தின் கண்ணிமைகளைத் திறக்க அதின் கண்களினின்று வீசிய ஒளியின் மார்க்கமாய்த் தேடிச் செல்ல தென் கோத்திர மலை இதுவென்றும் அதின் சிகரத்தில் ஒரு மரம் ஆகாயத்திலிருப்பதையுங் கண்டார்கள். அந்த பூதமிருந்த இடத்திற்றான் சூளைக் கோபுரம் கட்டப்பட்டிருக்கிறது.

மேற்சொன்ன சேடங்கள் அடக்கஞ் செய்யப்பட்டிருந்த மலைச் சிகரங்கள் மூன்றும் சமமாயிராததினால் அதிகமாக உயர்ந்திருந்த சிகரத்தினின்று ஒரு மரம் சாய்ந்தது போல அதின் உச்சியாவது வேராவது பூமியிற் படாமல் ஆகாயத்தில் நின்றிருந்தது. ஆதலால் அந்த இடம் மூன்று பாஷையில் தேக்கன் என்று அழைக்கப்பட்டது. தேக் என்றால் மரமென்றர்த்தமாம். அரசனும் சகோதரர்களிருவருமாக அந்த இடத்தைப் பரிசோதித்து அந்த திவ்ய சேடங்களை எடுத்து அங்கே ஒரு அறைகட்டி அதில் அந்த நாலு சேடங்களையும் அடக்கஞ் செய்தார்கள். அவைகளோடு தங்கம் வெள்ளி நாணயங்களையும் விலையுயர்ந்த கற்களையும் சேர்த்து வைத்ததுமில்லாமல் தங்கத்தால் சிறிய கப்பலொன்று செய்து, சுக்கான் பிடிப்பது போல் இரண்டு சகோதரர்களின் உருவங்களையுந் தங்கத்தால் செய்து வைத்தார்கள். அந்தக்கப்பல் கடலில் அசைவாடுவது போல அற்புதமாய் காற்றில் அசைவாடிக் கொண்டிருந்ததாம். அவ்வரைக்குமேல் 27 அடி உயரமுள்ள ஒரு கோபுரத்தை அவர்கள் கட்டினார்கள். இந்தக் கட்டடம் கட்டப்பட்ட தேதி இதிகாசத்தில் கண்டிருக்கிற படி கிறிஸ்து பிறக்கு முன் 588 வருடங்கள். இத்தேதி மற்ற இதிகாசங்களுக்கும் காயா பட்டண சரித்திரத்திற்கும் ஒத்தே இருக்கிறது. ஆகவே இந்தக் கோபுரமுண்டாகிச் சுமார் இரண்டாயிரத் தைந்நூறு வருடங்களாகின்றன. அந்தக் கோபுரத்தை அடுத்த ஒரு நகரம் மிகச் செழிப்பாக 32 தலைமுறை மட்டும் இருந்தது. பிறகு அந்த அரசுமற்றுப் போய் அந்த நகரமும் உக்கலபா பட்டணமும் வெகு சீக்கிரத்தில் அழிந்து விட்டன. கிறிஸ்து பிறந்து 1446 — வது வருடங்கள் மட்டும் பரஞ்ஞராவ் என்னும் பேகன் அரசன் காலமட்டும் இக்கோபுரம் சீர் கெட்டுக் கிடந்தது. அவ்வரசனுக்குப் பின் சந்ததியார் காலமாகிய கி.பி. 1501 — வது வருடத்தில் போகபூமியில் செங்காபாய் என்னும் இராணி யொருத்தி அரசு செலுத்திய போது கோபுரத்திற்காக மானியமும் ஊழியர்களும் நியமித்தவள். இக்காலத்தில் கோபுரமானது சீர்த்திருத்தப்பட்டு மிகப் பெரிதாக 129 அடி உயரத்திற்கு கட்டப்பட்டது. பிறகு

பிரமர் அரசாண்ட காலத்தில் இக்கோபுரத்தை உருவத்தில் மேன்மேலும் பெருகும் படி பிரம அரசர்கள் செய்தார்கள். இந்தக் கோபுரத்தை பெருகச் செய்வது பிரம வரசர்களுக்குள் ஒரு விசேஷத்த கொள்கையாக விருந்தது. ஏனென்றால் பெகுவில் "சுயமாவதா" என்னும் பூர்வ கோபுரத்தை தலாங்கு ஜாதியார் மிகப் பெரிதாகக் கட்டி அவர்கள் சுயவரசாண்டதைக் குறித்துக் காட்டி உரிமை பாராட்டி வந்தமையால், இந்தக் கோபுரத்திற்கும் மிகப் பெரிதாக பிரமர் தங்கள் கோபுரத்தை மிகப் பெரிதாகச் செய்து மற்றவர்கள் கோபுரத்தைத் தாழ்த்த வேண்டுமென்று விடா முயற்சியாய் கி.பி. 1768 — ம் வருடத்தில் 321 அடி உயரத்திற்கு கட்டிவிட்டார்கள். 1774 வருடம் பிரமராசன் செங்பியோசெவ் என்பவனால் இரண்டாந்தரம் தங்க முலாம் பூசப்பட்டு அப்போதந்த அரசனையும் தங்கத்தையும் திராசில் நிறுத்து, அரசன் பாரத்திற்குத் தக்க தங்கத்தைக் கொண்டு இந்தக் கோபுரம் முலாம் பூசப்பட்டது. அரசன் நிறைக்கு சமமான தங்கத்தின் நிறை 2.. குண்டும் 3 ராத்தலும் கொண்டதாயிருந்தது. அவ்வளவு தங்கத்தின் கிரயம் ரூபாய் 94080. இந்த கோபுரமானது 1834 — வது வருஷம் ஒரு தரமும், ஆங்கிலேயர் போகபூமியைக் கைப்பற்று முன்னதாக ஒரு தரமும், 1871 வருஷம் ஒருதரமும் முலாம் பூசப்பட்டது. 1871 வது வருஷம் பிரம தேசத்தரசன் ஆங்கிலேய அரசாங்கத்தார் உத்திரவு பெற்று கலச ரூபமான தங்கக் குடையொன்றை இந்தக் கோபுரத்திற்கு அனுப்பினான். அது இரும்பினாற் செய்யப்பட்டு ஒரு விரற்கடை கனதியான தஙகத் தகடுகளால் மூடப்பட்டு அனேக தங்க மணிகளும் விலையுயர்ந்த இரத்தினக் கற்களும் அமைந்துள்ளது. அதன் உயரம் 47 — அடிகள். அதன் அடியின் குறுக்களவு பதிமூன்றரை அடி — பாரம் ஒன்றே கால் டன். அதைச் செய்துமுடிக்க செலவானத் தொகை 620.000 ரூபாய். அந்தக் குடையை கோபுரத்தின் மேல் தூக்கி வைக்க ஜனங்கள் கூடிவரும் உற்சவ காலமே தகுங்காலமென்றுகண்டு வேலை ஆரம்பிக்கப்பட்டது. அக்டோபர் முதல் நவம்பர் மாத மட்டும் பிரம நாட்டின் பல பாகங்களிலுமுள்ள பிரமர் வந்து கூடினார்கள். அதற்குள்ளாக 1774 — வது வருடம் கோபுரத்தின்மே லேற்றிய பழைய கலசத்தைக் கீழே யிறக்க வேண்டிய ஏற்பாடுகள் செய்யப்பட்டன. ஆகாயத்தை யளாவி யிருக்கும் பழைய கலசத்தைக் கீழே கொண்டு வருவது மிகக் கஷ்டமான காரியமாக விருந்தது. அதை எப்படிக் கீழே கொண்டு வந்தார்களென்றால் கோபுர சிகரத்திற்கும் மலையடிவாரத்திற்கும் அம்பு விட்டாற் போல நேராய் ஆறு பலமான கயிறுகளை வரிசையாகக் கட்டி யவைகளின் மேல் பாதை யுண்டாக்கி கப்பிகள் மூலமாக வப்பாதை மார்க்கமாய் ஒரு வண்டி மேலேறவும் இறங்கவும் செய்து, அதின் வழியாய் பழைய கலசத்தின் சாமான்களை ஒவ்வொன்றாய்க் கீழே கொண்டு வந்தது போலவே புது கலசத்தையுங் கோபுரத்திற்கு மேலேற்றி விட்டார்கள்.

இந்த வேலைக்காக 50,000 ஞ்ஙகல்களையும் 70 வண்டி பிரம்புஞ்.. கொண்டு வந்து கோபுரத்தைச் சுற்றிலுங் கூடை பின்னுவது போல பின்னிவிட்டு வேலையை நடத்தினார்களாம். அநேமமாயிரங் கணக்கான ஜனங்கள் ஆணும் பெண்ணுமாய் அந்த வேலையைச் செய்து முடிக்குமட்டும் யாதொரு கூலியு மில்லாமல் செய்து வந்தார்கள். பக்திமான்கள் அவர்களைப் போஷித்து வந்தார்கள். இந்தக் கோபுரத்தை தரிசிக்கவரும் பிரமர் தங்க ரோக்குகளைக் கொண்டுவந்து கோபுரத்தின்மே லொட்டிவிட்டுப் போவார்கள். மலையின் மேல் கோபுர கட்டடமிருக்கும் நிலத்தின் விஸ்தீரண நீளம் 900 அடிகள். அகலம் 685 அடிகள். அந்த இடத்திற்கும் பூமி மட்டத்திற்குமுள்ள உயரம் 166 அடிகள். அதன் பேரில் கட்டியுள்ள கோபுரத்தின் உயரம் 131 அடிகள். மலையி னடிவாரத்திற்கும் கோபுர சிகரத்திற்குமுள்ள புறவெல்லை நீளம் 1355 அடிகள். இந்த கோபுரத்திற்குப் பேர் தேக்கன். இது தாலங் பாஷையிலிருந்து வந்தது. 'தேக்கன்' என்றால் மரம் அல்லது தலைகீழாய் கிடக்கும் ஒரு மரத்தின் துண்டு. புத்தர் சேடங்களுக்கு மேல் வெட்டப்பட்டுக் கிடந்த மரத் துண்டினின்று இந்த பேர் வந்தது. வெகு காலமானதால் தேகன் என்றும் பின்பு "டேகான்" என்றும் மாறிவிட்டது. சுயவென்றால் சுவர்ணம் தாலங் பாஷையிலிருந்து பிரமர் இந்த வார்த்தையை மொழிபெயர்த்துக் கொண்டார்கள். இப்போது அக்கோபுரம் "சுவேடகான்" என்று ஜனங்களா லழைக்கப்படுகிறது. தமிழ் ஜனங்கள் அதை "சுயதேகன்" கோபுரம் என்று சொல்வார்கள். பிரமர் கட்டுங் கோபுரங்கள் கண்டாமணி வடிவமா யிருக்கும். அதின் பேரில் தாமரைப்பூ மொட்டுப் போல் செய்து அதின் பேரில் அநேக சிறு மணிகள் நிறைந்த கலசமும் கலசத்திற்குமேல் ஒரு துவசமுமிருக்கும். வட பர்மாவில் கட்டியிருக்கும் இரண்டொரு கோபுரங்கள் மாத்திரம் கத்தோலிக்கர் கோபுர சாயலாய்க் கட்டியிருக்கின்றன. மற்றவைகளெல்லாம் அறைகளில்லாமல் ஸதம்பங்களாகவேயிருக்கின்றன. பிரம தேசத்திலிருக்கும் புத்தர் கோபுரங்களை எண்ணி முடியாது. ஒரு கோபுரத்தில் புத்தரது பல் இருப்பதாகவும், மற்றொரு கோபுரத்தில் மண்டையோடிருப்பதாகவும் பிரமர் சொல்லுவார்கள். எல்லாக் கோபுரங்களைப் பார்க்கிலும் இந்த சுயதேகன் கோபுரஞ்பௌத்த சமயிகளுக்குள் மகா விசேஷித்தது. இந்தக் கோயில் உற்சவ காலங்களில் பௌத்த சமயிகள் வெகு தூரத்திலிருந்து வருவார்கள். ஏனென்றால் இங்கே நாலு புத்தர்களின் சேடங்களுமிருக்கின்றனவாம். இவ்விதமாக கோபுர சரித்திரத்தை சுருக்கிச் சொன்னோம். இந்த கோபுரத்தை இவ்வளவு பெரியதாகக் கட்டி வைத்த அந்த இராணியின் சரித்திரத்தை இனி சொல்வோம். இந்த இரங்கோன் பட்டணத்தை யோகராஜ வம்சத்தான் பய—ங்கியா—யன் என்னும் பேருடைய அரசன் ஆண்டுவந்த காலத்தில்

பிரமராஜன் அங்—கவ— மன்னன் கி.பி. 1439 படையெடுத்துவந்து, ஜெயங்கொண்டு இரங்கோன் அரசனின் சகோதரி சா—பூ—மீ என்பவளை அழைத்துக் கொண்டு ஆவா பட்டணத்தைச் சேர்ந்தான். அந்த ராஜ கன்னிகையை மணம் புரியக் கருதி அவள் அனுமதியைக்கேட்டபோது அவள் சுவாமிக்குப் பிரார்த்தித்துக் கொண்டிருக்கும் ஜெபதபங்களைச்செய்து முடிக்க சில நாள் செல்லும், அதன் பிறகு அரசனின் கருத்துக்கிசைய தடையிராதென்றாள். அரசன் அந்த கன்னிகையின் சௌந்தரியத்தைக்கண்டு மகிழ்ந்து அவள் பிரியம்போலவே இரண்டு பொங்கிகளென்னும் பிரம துறவிகளை உதளிக அவளிடத்திற்கு அனுப்பி வைத்தான். அந்த பொங்கிகளாரென்றால்: ஆவா பட்டணத்தில் சகல கலக்கியானங்களுமறிந்த பாமீசுதா என்னும் ஒரு பொங்கியிருந்தார். அந்த நகரத்தில் மிக தனவந்தனான ஒருவன் அவன் குமாரனை பொங்கியிடமனுப்பி சகல கலக்கியானங்களையுங் கற்றுக்கொள்ள சித்தஞ்செய்தான். அந்த சிறுவன் பேர் தர்மசாயதி. ஒரு நாள் நெருப்பில் வாட்டி சமைத்து வைத்திருந்த கோழியைச் சாப்பிடுவதற்காகக் கொண்டு வரும்படி பொங்கியானவர் அந்த சிறுவனுக்குக் கட்டளையிட அவன் அதை அவருக்கெதிரில் கொண்டுவந்து உயிர்ப்பித்து விட்டான். அந்தக் கோழி கொக்கரித்து மண்ணைப் பறித்து அங்கிருந்த தானியத்தைப் பொறுக்கிற்றாம். அந்த இடத்தைப் பிரமர் இன்று மட்டும் சுவே—கெட்யி—யிட் என்று சொல்லுகிறார்கள். தர்மசாயதி கோழியை உயிர்ப்பித்த தினத்திலேயே ஒரு வாலிபனான வேட்டுவன் ஒரு முயலை சமைத்தெடுத்துக் கொண்டுவந்து குருவுக்கு காணிக்கையாக செலுத்தி ஞானத்தை அவனுக்கு போதிக்கவேண்டினான். குருவானவர் சமைத்த முயல் வைத்திருந்த பாத்திரத்தைத் திறக்கச் சொல்ல, வேட்டுவச்சிறுவன் திறந்த மாத்திரத்தில் முயலானது உயிர்த்து குதித்து ஓடிவிட்டது. இந்த இரண்டு அற்புதங்களைக் கண்ட குருவானவர் இருவரையும் தமக்கு சீடராக யேற்றுக் கொண்டு வேண்டிய போதனைகளைச் செய்து வந்தார். தனவந்தன் குமாரன் பெயர் தர்மசாயிதி வேட்டுவச் சிறுவன் பெயர் தர்மபாலன். தர்ம சாயிதியானவன் தர்மபாலனை விட ஒரு கலை அதிகமாய் தெரிந்திருந்தான். இவ்விருவர்களைத் தான் அனுப்பி பிரமராஜன் போகராஜ கன்னிகை சா — பூ — மி என்பவளுக்கு உதவியா யிருக்கச்செய்தான். அவர்களிருவரும் பொங்கி என்னும் சந்நியாசி உடைத் தரித்திருந்தார்கள். சா — பூ — மி யானவள் அவர்களிருவரையும் தன் வசப்படுத்திக் கூட்டிக்கொண்டு இரங்கோனுக்கு ஓடிவந்து விட்டாள். இரங்கோனுக்கு வந்து சில தினத்திற்குள்ளாக அரசு செலுத்தும் நிலைக்கு வந்து விட்டாள். அப்போது அந்தப் பாலிய பொங்கிகளிருவரில் ஒருவரை மணம் புரியக்கருதி யாரை யேற்றுக்கொள்வதென்பதைத் தீர்மானிக்க

இருவரில் யார் யுக்தி சாதுர்யமுடையவரோ அவனை யேற்றுக் கொள்ளுவதென்று அவர்களிருவருக்கும் அறிவித்து, சிம்மாசனத்திற் கருகேவரச்செய்து, ஒரு பாத்திரத்தில் இராஜ முத்திரையிட்டு சிங்காரித்து வைத்தாள். மற்ற பாத்திரத்தில் மிக விலையுயர்ந்த கற்களும் மற்ற பதார்த்தங்களையும் சேர்த்து வைத்தாள். இருவரையும் இராணி நோக்கி யாருக்கு எந்த பாத்திரம் பிரியமோ அதை யெடுத்துக் கொள்ளலாம் என்றாள். தர்ம சாயிதி ராஜ முத்திரையிட்டிருந்த வெறும் பாத்திரத்தைப் போய் எடுத்தான். தர்ம பாலன் விலையுயர்ந்த கற்கள் நிறைந்த பாத்திரத்தை யெடுத்தான். இராணி இராஜமுத்திரையை யெடுத்தவனே பட்டத்துக்குரியவன் என்று சொல்லி தர்மசாயிதியை அழைத்துச் சந்நியாசி வேடத்தை நீக்கிவைத்து, பிறகு மணம்புரிந்துக் கொண்டாள். தருமபாலன் பொறாமையும் பகையுங் கொண்டவானாய்த் தரும சாயிதியைப் பலவகையாய் யுபத்திரவித்தான். மந்திர தந்திரத்தால் தருமபாலன் ஒரு கூடை தானியத்தைப் பூமியில் விரைத்துப் போர் வீரர்களையுண்டாக்கி ஞ்ஞ். தரும சாயிதியின்பேரில் போர் செய்ய அனுப்புவான். தரும சாயிதி ஒரு கலை அதிகமாய்த் தெரிந்தவனாகையால், மந்திர தந்திரத்தினாலேயே தருமபாலனை முறியடிப்பான். இவ்விதமாக பல நாள் உபத்திரவஞ் செய்தும் தரும சாயிதியை ஜெயிக்க முடியாமல் தருமபாலன் ஓட்டம் பிடிக்கவே, அவனைத் துரத்திக் கொண்டு தரும சாயிதி வீரர்களோட தருமபாலன் அணிந்திருந்த பொங்கி வஸ்திரமானது அவன் காலில் சிக்கிக் கீழே விழுந்தான். சேவகர் அவனைப் பிடித்து கொன்று விட்டார்கள். பொங்கி வஸ்திரத்தால் அகப்பட்டுக் கொண்ட அந்த இடத்திலிருக்கும் கிராமத்தை தெங்கன் நயோன் என்று பிரமர் அழைப்பார்கள். சா — பூ — மி என்னும் ராஜகன்னிகை மணம் புரிந்த பிறகு, சின் — சா — பூ என்ற பேரால் வழங்கி வந்தாள். செங்சாபாய் என்றும் சொல்லுவதுண்டு. அவள் மூன்று வருஷம் இராஜ்ஜிய பரிபாலனஞ் செய்து இந்த சுயதேக்கன் கோபுரத்தை விருத்தி செய்து, மரித்துப் போனாள். அவள் புருஷன் தருமசாயிதி சுமார் கி.பி. 1442 வருஷம் ராஜ்ஜிய பரிபாலனஞ் செய்து, கி.பி. 1491 — வருஷம் மரித்துப் போனாள். அந்த அரசன் மிகுந்த புத்திசாலியாகவும் தெய்வ விசுவாசமுள்ளவனாகவும் பல தேசத்தவருடன் சமாதானமுமாயிருந்தான். இந்த சரித்திரத்தை மஹா ஜெயவினை என்னும்கிரந்தத்தில் காணலாம்.செங்சாபாய் இராணியின் குமாரத்தி ஒரு பொங்கியை விவாகஞ் செய்து இரங்கோனை யாண்டதாக சில சரித்திரக்காரர்கள் சொல்லுகிறார்கள்.

பின்னுமொரு சரித்திரத்தையும் மிங்கு சொல்லி முடிப்போம். அந்தச் சரித்திரம் யாதென்றால், இந்தக் கோபுரம் நிரைந்துள்ள சிலைகளின் உருவத்தைக் கொண்டிருந்த புத்த கௌதமர் யார் என்பதாம். அவர் சரித்திரத்தை முற்றிலும் சொல்ல இச்சிறு புத்தக

மிடந்தரா தாகையால் மிகச் சுருக்கமாய் சிலவரிகளில் தானே குறிப்போம்.

கௌதம புத்தர்: ஐயாயிர வருஷங்களுக்கொருதரம் இவ்வுலகத்தில் தோன்ற வேண்டிய ஐந்து புத்தர்களில் நான்காவது புத்தராகத் தோன்றியவர் கௌதமர். முற்பிறவிகளில் அனேக முறை மிருகமாகவும், மனிதனாகவும், தெய்வமாகவும், அவர்பிறந்து கடைசியான இந்தப் பிறப்பில் புத்தராகும் படியாய் ஒரு ராஜனுக்குப் பிள்ளையாகப் பிறந்தார். பிறந்தவுடனே அவர் எழுந்து நின்று உலகத்தை யுற்றுப் பார்த்து, "இது என் கடைசியான பிறவி. எனக்கு வேறு வகையான பிறவி கிடையாது. எல்லா ஜீவர்களுக்கும் நானே பெரியவன்." என்று சொன்னார். அவர் பிறந்தது முதல் அதிசயங்களும் அற்புதங்களும் அவரைச் சூழ்ந்திருந்தது. அவர் பிறந்த ஏழுநாளைக்குப் பிறகு அவர் தாய் மரித்து தேவதையானாள். இவ்வித சம்பவங்களைக் கண்டு சோதிடப் பண்டிதர்களை அரசன் அழைத்து ஆலோசிக்க; அந்த இராஜகுமாரன் இந்தப் பிறவியில் மஹாத்துமாவாகும்படி விதிக்கப்பட்டுப் பிறந்திருப்பதாகவும், ஒரு கிழவனையும் ஒரு வியாதியஸ்தனையும், ஒரு பிரேதத்தையும், ஒரு சந்நியாசியையும் அவர் காண்பாரானால் அவர்கள் அவரை வேதாந்தியாக்கி விடுவார்களென, எட்டு பண்டிதர்கள் மட்டும் யேகவாக்காய் அரசனுக்கறிவித்தார்கள். அரசனுக்கு பாக்கியமாகப் பிறந்திருக்கும் குமாரன் முன்னிலையில் மேற்சொன்ன நான்கு சகுனங்களையுடையவர்கள் தோன்றாதிருக்கும்படி அரண்மனையைக் காத்திருக்கக் காவலாளர்களுக்கு அரசன் கட்டளையிட்டு இராஜகுமாரன் அரண்மனையிலிருக்கும் அஷ்ட பாக்கியங்களையும் அனுபவித்து வர அரசன் பிரசித்தஞ் செய்தான். கௌதமருக்குப் பதினாறாம் வயது வந்த போது அரசன் தன் சகோதரி குமாரத்தியான யௌவனமுள்ள மங்கையை கௌதமர் மணம் புரியச் செய்துவைத்தான். அரச குமாரன் கன்னிகைகளால் சூழப்பட்டு வினோத வாத்திய நடன மாதர்களுடன் நூதன நூதனமாகச் சிங்காரிக்கப் பெற்ற அரண்மனைகளொவ்வொன்றிலும் உல்லாசமாய் வசித்து வந்தார். ஒரு நாள் கௌதமர் வேடிக்கைப் பார்க்க பூங்கா வனத்திற்கு இரதமேறிப் போகும் வழியில் ஒரு கிழவனைக் கண்டார். அவனது கூன் கொண்ட முதுகும் திரை கண்ட தோலும் நரைத்த உரோமங்களும் விருத்தாப்பியத்தைக் குறிப்பித்தது. இராஜகுமாரன் சாரதியை நோக்கி, அந்த மனிதனுக்குக்கென்னவென்று கேட்க, அவன் முதிர்ந்த வயதடைந்தவன் அவனுக்குத் தளர்ந்த பருவம் வந்துவிட்டது. வெகு நாட்கள் ஜீவித்திருந்தால் சகலரும் அந்த நிலைக்குத் தான் வருவார்கள் என்று சொல்ல; அரசகுமாரன் அதைக் கேட்டு அச்சங்கொண்டு அப்படியானால் பிறவியானது பெருங்கொடுமையை யுடையதும் எல்லாப் பிராணிகளையும் துர்நிலைக்குக் கொண்டு

போவதாகவு மிருப்பதால், விருத்தாப்பிய வயதில் தளர்ச்சிக்குக் கொண்டு போகும் இந்நிலையை கவனிக்கவேண்டுமென்றார். பின்னர் கௌதமர் மனைக்குப் போனவுடனே இவ்வுலகவின்பத்தை வெறுத்துச் சந்நியாசம் பெறத் தீர்மானித்து விட்டார். பிதாவானவன் இத்தீர்மானத்தைக் கேட்டு மனங்கலங்கி கௌதமருக்குச் சிற்றின்ப ஆவலை மேன்மேலுமூட்ட நடனமாதர்களை அனேகமாய்க் கொண்டு வந்து சேர்த்து, அவர் மனதை உலகவின்பத்திற்குத் திரும்பும்படி யேவுதல்செய்து, மற்ற மூன்று சகுனங்களாகிய வியாதியஸ்தன், பிரேதம், சந்நியாசி ஆகிய இவர்கள் கௌதமர் கண்ணுக்கு முன் வராதபடிக்குக் காவலாளர்களை அதிகமாக நியமித்து எச்சரித்து வைத்தான். அரசன் செய்த இவ்வித பிரயத்தனங்களெல்லாம் பிரயோஜனப்படாமல் போய்விட்டது. மற்றச் சந்தர்ப்பங்களில் ஒரு வியாதியஸ்தன் மிக அருவருப்பான நோயால் வருந்துவதையும் ஒரு பிரேதத்தை க்ஷேமிக்கச் சடங்கு நடத்துவதையும், ஒரு சந்நியாசி மிக பலவீனமாயிருப்பதையும் இராஜ குமாரர் கண்டார். இந்தக் காட்சிகளைக் கண்ட கௌதமர் சிந்தையில் மிகவும் ஆழ்ந்தினவராய் இந்த உலக வாழ்க்கையில் ஆடம்பரமும் ஆனந்தமும் அனந்தமானவைகளென்று நாளுக்கு நாளுணர்ந்து, அரண்மனையை விட்டு தனியேயிருக்க, திட சித்தங் கொண்டிருக்கும் காலத்தில் அவருக்கு ஒரு குமாரன் பிறந்ததாகச் சேதி வர அந்த பாலகன் எனக்கு ஒரு புதிய பலமான கட்டாயிருப்பான். நானந்தக் கட்டை அறுத்துக் கொண்டு போக வேண்டுமென்று சொன்னார். அவர் சொன்னதை அரசன் கேட்டு நடன மாதர்களைப் பின்னுமேவ அவர்கள் அன்றிரவு அவர் கவனத்தை பேதப்படுத்தவும் அவர் புத்தியைக் கலைக்கவும், தங்களாலன மட்டும் பிரயாசைப்பட்டும் பார்த்தார்கள். கௌதமரோ அவர்களைப் பொருட் செய்யாமல் தூங்கி விட்டார். நடன மாதர்களும் அவரைச் சுற்றிலும் படுத்தயர்ந்து விட்டார்கள். அர்த்த ராத்திரியில் ராஜகுமாரரான கௌதமர் விழித்துக் கொண்டு பார்க்கிற போது உடனே மோகிக்கக்கூடிய விதமாய் நடன மாதர்கள் தங்கள் ஆடைகளைக் களைந்து விட்டு, அலங்கோல விகார அங்க நிலையில் படுத்திருப்பதை அவர் கவனித்து அரண்மனையின் சிற்றின்ப அனுபவங்களையெல்லாம் நினைத்து பொய்யென வெறுத்து உடனே அரண்மனையை விட்டுப் புறப்பட்டுப் போய் துறவியாக மாறி சமாதானத்தையும் தூய்மையையும் அடையத் தீர்மானித்தார். அவருக்கு மிகப் ப்ரீதியாகவிருந்த குதிரைக்குச் சேணம் போட உத்தரவளித்தார். ஒரு நிமிஷம் வரைக்கும் நிதானித்து யோசித்து அவருக்குப் பிறந்திருக்கும் பாலகனைப் பார்க்க ஆவல் கொண்டு இராணியின் படுக்கை அறைக்குப் போய் கதவை மிக மிருதுவாகத் திறந்தார். இராணியானவள் பாலகனைப் பக்கத்திலணைத்து அவள் கையொன்றை அதன் தலைக்கு மேல் வைத்துக் கொண்டு நித்திரைச்

செய்வதைக் கண்டார். அந்தக் குழந்தையை ஆலிங்கனஞ் செய்ய நான் சமீபிப்பேனாகில் தாயின் கையை நான் நீக்க வேண்டியதாகும். அந்தச் சமயத்தில் அவள் விழித்துக் கொள்வாளேயாகில் என் பிரயாணத்திற்குப் பெருந்தடையாகவிருப்பாள். நான் புத்தனாகிய பிறகு அந்தப் பிள்ளையைப் பார்ப்பேன், என்று வாசற்படியில் தானே நின்று தனக்குள்ளே சொல்லிக் கொண்டு கடுகெனக் கதவை மூடிவிட்டு அரண்மனையை விட்டுப் புறப்பட்டு விட்டார். இராஜ பட்டணத்தின் வெளி வாசலுக்கு வந்த போது ஒரு பேயானது அவரைச் சந்தித்து, அவர் அரண்மனைக்கு திரும்புவாரானால் ஒரு பெரிய இராஜ்ஜியத்தை அவருக்குக் கொடுப்பதாக வாக்களித்தது. கௌதமர் உலகத்தை வெறுத்து விட்டதாகச் சொல்லி நடந்தார். அவருக்கு விசுவாசமாயிருந்த வேலைக்காரனும் குதிரையும் அவருமாக நேர்வழியைப் பிடித்துச் சென்றார்கள். அவரது அலங்காரப் பட்டணத்தை விட்டுப் போகிறோமென்று சற்று விசனித்துத் திரும்பிப் பார்க்கவுமில்லை. கடைசியாக மூவரும் ஒரு நதிக்கு வந்து சேர்ந்தார்கள். அங்கே அவர் இராஜ உடையை எடுத்தெறிந்து விட்டு அவரது நீண்ட உரோமத்தையும் தாடியையும் வெட்டிவிட்டு அற்புதமாய் அவருக்கு அங்கே கிடைத்த அரைக்கச்சையை அணிந்து ஒரு திரு ஓட்டையும் சந்நியாசி தாங்கப்படும் ஒரு பாத்திரத்தையும் கையிலேந்தி, அவர் வேலைக்காரனை நோக்கி, இராஜ உடையையும் குதிரையையும் அரண்மனைக்குக் கொண்டுபோகக் கட்டளையிடவே அந்தக் காட்சியைக் கண்ட வேலைக்காரன் அவனுடைய எஜமானனை இவ்வுலகத்தில் இனி காண்பதில்லையென்று உணர்ந்து சகிக்க முடியாமல் துக்கத்தினால் அவன் இருதயம் இரண்டாக வெடித்து அந்த இடத்தில் தானே பிராணனைத் துறந்து விட்டான். கௌதமர் துறவியாக மாறிவிட்டார். அவர் பிரயாணத்தில் பட்டணத்தைச் சமீபித்தால் வீடு வீடாகச் சென்று போதுமானமட்டும் சோறும் பதார்த்தமும் சேருமளவும் பிச்சையெடுத்துப் பட்டணத்திற்கு வெளியே போய் வெறுஞ் சாதத்தையே யுண்ணும்படியாய் அறுசுவையறிந்த நாவை அவர் பழக்குவார். காம லோக மாயையை ஜெயிக்கத் தீர்மானித்துத் தன் தேகத்தைச் சிறுக்கடித்துத் திருவோட்டை கையிலேந்திச் சந்தோஷமாய் சாப்பிடுவார். சொற்ப காலத்திற்குள் எவ்வித உணவையும் புசிக்க அஞ்சாதவரானார். கௌதமர் சாதுக்களின் ..வதாசத்தை நாடி அவர்களால் போதிக்கப் பெற்றது போதாதென தமக்குள் தாமே ஓயாச்சிந்தைக்கொண்டு யோகஞ் செய்து நிருவாண பதமென்னும் தூய்மையாகிய புத்த பருவத்தையடைய வெகுகால மட்டும் பிரயாசைப்பட்டார். அவரை உலக மாயைக்குள்ளாக்க அவருக்கு முன் வந்த உபத்திரவம் அனேகமாகும். அவரடைந்த கஷ்டம் மிகக் கொடியது. இவைகளையெல்லாம் சகித்து நாற்பத்தொன்பது நாட்கள்

மட்டும் யோக சாதனையிலிருந்து கடைசியாக மெய்ப்பொருளை அவர் கண்டுணர்ந்தார். அது முதல் அவர் ஜீவிய கால மட்டும் நாற்பத்தொன்பது வருஷ காலமாய் நீதியையும் அதை நடத்தும் வகையையுங் குறித்து உபந்நியாசித்து வந்தார். சிலரைச் சீடர்களாகச் சேர்த்து அவர்களுக்குப் போதித்து அவர்களை உலகமெங்கும் அனுப்பிப் பிரசங்கிக்கச் செய்தார். ஆயிரங்கணக்கான ஜனங்கள் அவரிடம் ஓடிவந்து அவர் உபதேசத்தைப் பெற்றுக் கொண்டார்கள். அவர் எதையும் ஒளிக்காமல் இரகசியப் பொருள் என்று சொல்லாமல் தெளிவாக விளக்கிக் காட்டினார். அவர் சென்றவிடமெல்லாம் அவருக்குச் சிறப்பாயிருந்தது. அவருக்கு வயது எண்பதான போது அவர் உடலை விட்டுப் பிரிய காலஞ் சமீபித்துவிட்டதென்று கண்டு வேதாந்திகளையும் சந்நியாசிகளையும் ரிஷிகளையும் பெருங்கூட்டங் கூட்டமாக அழைத்து, அவர்களுக்குக் கடைசியாக உபதேசித்தார். கடைசிநாளில் ஆற்றில்ஸ்நாநஞ் செய்து விசுவாசமுள்ள சீடனாகிய அனந்தன் என்பவனை அழைத்து காட்டில் மிக உயர்ந்த இரண்டு விருக்ஷங்களுக்கு மத்தியில் அவருக்கு ஒரு இடத்தைச் சித்தஞ்செய்ய கட்டளையிட்டார். அங்கே போய் அவர் சாய்ந்து ஒரு கையால் தமது தலையைத் தாங்கிப் படுத்துக் கொண்டு தமது சீடனாகிய அனந்தனுக்கு பத்தியைப் பற்றிக் கடைசியாக போதித்தார்.

அவர் ஸ்வாசம் போகும் சமயத்தில் இராஜ குமாரர்கள் அவரை தரிசிக்க ஓடி வந்தார்கள். சந்நியாசிகள் அவருடைய கடைசி வாக்கைக்கேட்க வந்தார்கள். அனந்தனின் குருவானவர் மரிக்குநேரம் சமீபித்து விட்டதென்று அவன் படும் துயரத்தையும் கண்ணீர் சொறிவதையும் கௌதமர் கண்டு மிருதுவாய் வாக்கு தண்டஞ்செய்து தமது சீடர்களை நோக்கி அவர் உடலோடு அவர்களுடனிருக்காவிட்டாலும் அவரது பதக் கோட்பாட்டால் அவர் அவர்களுடனிருப்பதாக மிகுந்த சாந்தத்தோடு புன்சிரிப்பான வார்த்தைகளைச் சொல்லிக் கொண்டு பொழுது விடிய சற்று நேரமிருக்கும் போது கௌதம புத்தர் நிருவாண பதவியை அடைந்தார்.

சிலைகள்: கௌதம புத்தர் சொரூபங்கள் மூன்று வித நிலையைக் காட்டும்படிச் செய்து வைத்திருக்கின்றன. ஒன்று அவர் சாதனையிலிருப்பது போல. ஒரு கையைத் துடையின் பேரிலும் மறு கையை மடியின் பேரிலும் வைத்திருப்பது போலிருக்கும். மற்றொன்று ஒரு கையைத் தூக்கி உபதேசித்து நிற்பது போலிருக்கும் மூன்றாவது கௌதமர் நிருவாண திசையை யடையும் போது படுத்திருந்தது போலிருக்கும். புத்த கௌதமர் வசித்திருந்ததாக அனேக அத்தாட்சிக ளிருக்கின்றன. அவர் பிறந்த இடமும் மரித்த இடமும் குறிப்பாக இன்னமும் சரித்திர விசாரணைப் பண்டிதர்கள்

கண்டுபிடிக்கவில்லை. இவ்வருஷம் அவரது மண்டையோடுகளும் சில துண்டு எலும்புகளும் சாம்பலும் அவைகளோடு சிறிய பாத்திரங்களும் இவைகள் புத்த கௌதமரைச் சேர்ந்ததென்று குறிக்கும் செப்பேடும் இந்தியாவில் அகப்பட்டு சீயம் அரசனுக்கு அவைகளை இந்தியா கவர்ன்மெண்டார் கொடுத்தனுப்பினார்கள். புத்தரது பல்லானது வடபிரமாவிலும் இலங்கையிலுமிருப்பதாகப் பௌத்த சமயிகள் நம்பினாலும் போர்டிகீஸ்காரர் படையெடுத்து வந்த காலத்தில் அதைக் கொள்ளைக் கொண்டு போய் கோவா கவர்னர் ஜெனரலுக்குக் கொடுக்க, அவர் அதை கத்தோலிக்க குருமாரிடம் ஒப்புவித்தார்.

சில வருடங்களுக்குப் பிறகு பௌத்த சமய அரசர்கள் ஒரு பெருந்தொகையான நாணயத்தைக் கோவா கவர்னர் ஜெனரலுக்குக் கொடுத்து அந்த பல்லைக் கேட்ட போது முதல் அவர் தவிர்த்துப் பேசி பிறகு பணத்திற் காசை வைத்துக் கொடுப்பதாக ஒப்புக் கொண்டார். அதைக் கேட்ட கத்தோலிக்க குருமார் அதைக் கொடுக்கப் பிரியமற்றவராய் அதை நெருப்பில் போட்டுச் சுட்டு பொடித்துச் சாம்பலாக்கி கடலில் எறிந்து விட்டாராம். என்றாலும் அந்தப் பல்லைப் போல் போலிப்பல்லொன்று கோவா கவர்னர் ஜெனரல் செய்து கொடுத்து பணத்தைப் பெற்றுக் கொண்டதாக "மார்கஸ் போலோ" என்பவரின் சரித்திரத்தைக் களைந்தெழுதிய சரித்திர நிபுணரான காப்டன் யூல் என்பவர் சொல்லுகின்றார்.

பழைய கண்டாமணி: முன்பாகவிருக்கும் கண்டாமணியைக் கடந்து மேற்கே செல்லுவோமானால் பழைய கண்டாமணியைக் காணலாம். அதற்கு மேற்குப் புறத்தில் சதுரமுள்ள சாந்து கல்லைப் போலிருக்கும் ஒரு கல்லின் பேரில் பிடிக்க வசதியாயிராத அரை வட்டமாயிருக்கும் கல்லொன்று வைக்கப்பட்டிருக்கிறது. அதற்கு யோகக்கல் லென்று பெயர். பக்தர்கள் தங்கள் யோகத்தை தெரிந்து கொள்ள வேண்டுமானால் அந்தக் கல்லை இருகைகளாலும் தூக்குவார்கள். நினைத்த காரியங் கை கூடுவதானால் மேல் கல்லானது கையோடே வருமாம். அல்லாவிட்டால் அது அடிக்கல்லோடு ஒட்டிக் கொள்ளுமாம்.

ஜலதேவதை: இந்த யோகக்கல் வைத்திருக்குமிடத்தில் ஜல தேவதைக்குப் பிரமர் ஜலத்தை அர்ச்சிப்பார்கள். காசு கொடுத்தால் பூஜாரி ஜலம் கொடுப்பான். அதை சுவாமிக்கு அர்ச்சிக்கலாம். பௌத்த சமயம் தென் இந்தியாவில் ஏற்படுவதற்கு முன்னும் ஆரிய மதம் பரவுவதற்கு முன்னும் திராவிடர்கள் பூத பிசாசுகளை வணங்கி வந்த வழக்கத்தை இன்னமும் அனுசரித்து வருவது போலவே பௌத்த சமயிகளாகு முன்பு பூத பிசாசுகளை வணங்கிவந்த வழக்கத்தை இன்னமும் கையாடி வருகிறார்.

தேவதைகள்: அவர்களுக்குள் மின் — மகாயீ என்பது வீட்டு தேவதை அல்லது குல தேவதை. காடா என்பது காளி; கொள்ளை நோய் முதலானது வராதபடி கோடிக்கும் தெய்வமாம். யாக்காயதி என்னும் பூஜையில் கிராமத்திற்குத் தூரத்தில் ஆடு, வாத்து, கோழி முதலானவை சமைத்துக் காட்டேரிக்குப் படைப்பது போலப் படைத்துக் கிராமத்தின் நாலு மூலைகளிலும் போய்ப் பிரமர் கூச்சலிடுவார்கள். இன் — கீ என்னும் தேவதைக்கு இரங்கோனிலிருந்து வெகு மட்டுமுள்ள ஜனங்கள் பயப்படுவார்கள். இந்த தேவதைக்கு அவ்வளவுதூர மதிகாரமுண்டாம். அது ஜல தேவதையாம். மற்ற தேவதைகளுமுண்டு, பிள்ளை சுவே — பின் — கீ என்னும் அண்ணன்மார்கள் குடிக்கார தேவதைகள். மாங் — மின் — கீ என்னும் மதுரை வீரன். அந்த தேவதைக்கு அரிசியினின்றெடுக்கும் சாராயந்தான் மிகப் ப்ரீதியாம். மூன் அல்லது மூனி என்னும் தேவதை காட்டில் போகிறவர்களைப் பிடித்து அசக்கிப் பைத்தியக்காரராக்கும். ஜடாமுனி சங்கிலிக் கருப்பன், உபகர் என்பது மேகத்தில் பறந்து வந்து அது குறித்திருக்கும் மனிதனைப் பிடித்துக் கொள்ளும். ஆகாய வாணி அகாக்சோ என்பது மரத்தின் நுனியிலிருக்கும் முனியன். செக்காசோ என்பது மரத்தின் நடுவிலிருக்கும் முனியன். பூமாசோ மரத்தின் வேரிலிருக்கும் முனியன். இப்படியாக பிர்மாண்ட மரங்களிலும் ஆற்றிலும் காட்டிலும் பௌத்த சமயிகளாகிய பிரமருக்கு தேவதைகளுண்டு. அவர்களுக்குள் பில்லி சூனிய முதலானவையுமுண்டு. சுடுகாட்டுக்குப் போய் சாம்பலை யெடுத்து வந்து மந்திரமோதி எதிரியின் வீட்டின் பேரில் போட்டுத் தேவதையை உச்சாடணஞ் செய்தால் அது இரவு முழுவதும் கல்லெறியுமாம்

பழைய குடை: இங்கே குறித்த இந்த ஜல தேவதைக் கோயிலுக்கு வட மேற்கே கட்டியுள்ள கோபுரங்க ளொன்றின் பேரில் வைக்கப்பட்டிருக்கும் கலசக்குடையானது சுயதேக்கன் கோபுரத்திற்குமேல் இப்போதிருக்கும் குடைக்கு முன்னதாக வைக்கப்பட்டிருந்தது. இந்தப்புறம் வடக்கு வாசலைக் காணலாம்.

சோதிடர்கள்: மஹா கண்டாமணியிலிருந்து மேற்கு வாசல் மட்டும் பிரமர் அங்கங்கே சோதிடஞ் சொல்லுவதைக் காணலாம். இந்தியாவிலிருந்து துரத்தப்பட்ட பௌத்த சமயிகளான க்ஷத்திரிய அரசர்கள் மணிபுர மார்க்கமாய் வந்து பிரம தேசத்திற் குடியேறி அரசாங்கமுண்டாக்கி பௌத்த சமயத்தைப் பரவச் செய்து இந்த தேசத்தை பிரமதேசமென்றும் தங்களையும் இத்தேசத்தவரையும் பிரமர் என்றும் அழைத்துக் கொண்டார். வட இந்திய அரசர்கள் இந்நாட்டை யெட்டிய போது இராஜ்ஜியத்தைக் கட்டுவதிலும் பௌத்த சமயத்தை விபரமற்றவிதமாய் போதித்து வருவதிலும் காலங்கழித்து வந்தார்களேயொழிய நாகரீகமற்றுப் பூத பிசாசுகளை வணங்கி, வருவர்

போல் நாதன் என்னும் ஒரு தேவதை இருப்பதாக நம்பி காட்டில் வசித்த இத்தேசத்தவரை விருத்திக்குக் கொண்டு வரவில்லை. ஆனால் தக்ஷிண பாகத்தின் கடற்கரைகளான கோரிங்கி தேசங்களிலிருந்தும் தென் இந்தியாவிலிருந்தும் குடியேறியவர்கள் நெசவு முதலிய பல கைத்தொழில்களையும் விவசாயத்தையும் இத்தேசத்தவர் பாஷைக்கு அக்ஷரங்களையு முண்டாக்கி கல்வியையும் சாஸ்திரங்களையும் பிரமருக்குக் கற்றுக் கொடுத்தார்கள். பிரம பாஷையின் அக்ஷரங்கள் திராவிட பாஷையின் அக்ஷரங்களைப் போலவே சப்திக்கும். தென் இந்தியர்களிடமிருந்தும் வெகு காலத்திற்குப் பிறகு இலங்கையினின்றும் பிரம அரசனால் அழைக்கப்பட்ட சிங்களவர்களாலும் பௌத்த சமய பிரமாணங்களை பிரமர் தெரிந்துக் கொண்டார்கள். பௌத்த சமயம் இந்து மதத்தினின்று பிரித்தெடுக்கப்பட்டதென்று இந்தியா இதிகாசங்களும் அனேக சரித்திர நிபுணர்களும் முறையிடினும் பிரமர் அதை யெவ்வளவும் ஒப்புக் கொள்ளுகிறதில்லை.

பிராமணர்கள்: சில காலத்திற்கு முன் தென் இந்தியாவினின்று பிராமணர்கள் இத்தேசத்திற்கு வந்து சைவ வைஷ்ணவ மார்க்கங்களை நிலைநாட்டி இந்த தேசத்தை ராமன்னியம் என்றழைத்தார்கள். பௌத்த சமயிகளான சிங்களவர் அதற்கு மறாக அராமன்னியம் என்று அழைத்தார்கள். இவ்விதமாக சச்சரவு பட்டுப் பௌத்த சமயிகள் இந்தியாவில் நிலையாமல் போய்விட்டது போலவே சைவ வைஷ்ணவ சமயிகள் இப் பிரமதேசத்தில் அக்காலத்தில் நிலைக்காமற் போய்விட்டார்கள். அந்த காலத்திலிருந்த பிரம ராஜனொருவன் தென் இந்தியாவிலிருந்து சில சோதிட நிபுணர்களை அழைத்து பிரமர்களுக்கு சோதிடங் கற்பித்து வைத்தான். பிரமர் சோதிடத்தை வெகுவாக நம்புவார்கள்.

சிங்கங்கள்: சுயதேக்கன் கோபுரத்தைச் சுற்றிலும் சிங்க ரூபங்கள் வரிசையாக நிறுத்தி யிருக்கிறதைக் காணலாம்.

அதன் சரித்திர மென்னவென்றால் குழந்தைப் பருவத்திலிருந்த ஒரு இராஜ குமாரனை ஒரு சிங்கம் வளர்த்ததாம். அவன் வளர்ந்து வாலிபனான போது அவன் அந்தச் சிங்கத்தை விட்டுப் பிரிந்து ஆற்றைக் கடந்து போய்விட்டானாம். அந்த சிங்கமானது தண்ணீரில் பாய்ந்துவரக் கூடாமல் மிகுந்த விசனமடைந்து உயிரை விட்டதாம். அது முதல் சிங்க ரூபங்களை கோபுரங்களைச் சுற்றிலும் செய்து வைப்பது பிரமருக்கு வழக்கமாய் விட்டது. மேற்கு வாசலுக்குக் கீழ் இப்போது மஹாராணியின் படைகளிருக்கின்றன. இந்த வாசல் அடைக்கப்பட்டிருக்கின்றது.

கௌதமர் படுத்திருப்பது: பின்னும் தெற்குமுகமாய்ச் செல்லுகையில் கௌதம புத்தர் நிருவாண பருவமடையுஞ் சமயத்தில் அவர் படுத்திருந்தது போலவும் அனந்தனும் மற்றச் சீஷர்களும் துக்கிக்க

அவர் மிகச் சாந்தமாய் வாக்குத் தண்டஞ் செய்து உபதேசிப்பது போலவும் பெரு உருவங்கள் இருக்கின்றன.

பாட்டு வாத்தியம்: இங்கே பிரமர் வாத்தியம் பாட்டுக் கச்சேரி முதலியவற்றைக் கேட்கலாம். பிரமருக்குள் சங்கீத ஞானமிருந்தாலும் இந்தியர்களுக்குள் சங்கீத விதிக ளிலிருப்பது போலப் பிரமருக்குக் கிடையாது. அவர்களில் சங்கீத நிபுணர்கள் பாடும் விதமே தகும் விதியென்று ஜனங்கள் எண்ணிக்கொண்டு பாடுவார்கள். கம்பன் காளமேகனைப்போ லொத்தவர்களும் பிரமரி லிருந்தார்கள். ஆனால் அரசன் முன்னால் நூதனமானபாட்டுயாதும் பாடக்கூடாது. அது தங்கள் சேவடிக்குப் பங்கமாயிருக்குமாம். அப்படி ஒரு வித்துவான் பாடிவிடவே அவன் தலையைக் கொய்து விடும்படி அரசன் கட்டளையிட்டான். அவன் சங்கீத ஞானத்தைக் கேட்டு காவலாளர்கள் அவனைப் பிடித்து வேறொருவனைக் கொலை செய்தார்கள். அரசன் பழைய பாட்டைக் கேட்டுக் கேட்டுச் சலிப்பாயிருக்கிறதென்று என்றைக்குச் சொல்லுகிறானோ அன்றைக்கு அந்த வித்துவான் அரசன் முன்புபோய்ப் பாடுவான். பின்னும் அவன் தலையைக் கொய்யும்படி அரசன் சொல்லுவான். இப்படியாக அந்த வித்துவான் பாடிக் கடைசியாக வெகுமதி பெற்றானாம்.

கடைசிப்படிகள்: முடிவாகத் தெற்குவாசலுக்குத்திரும்பிக் கீழிறங்கும் போது கடைசிப் படிகளுக்கு சமீபிக்கையில் பிச்சைக்காக பிரம யாசகர் ஓடிவந்து காலைப்பிடிப்பார்கள். அதிக உயரமும் அகலமுமான படிகளில் இறங்குகிறவர்களின்கால்களை யாசகர் பிடிப்பதால் இடறிக் கீழே விழுந்து தங்கள் பற்களை அற்சிக்காமல் காத்துக் கொள்ள மிக ஜாக்கிரதையாக நடக்க வேண்டும்.

படிகளை விட்டு பாதைக்கு வந்து கிழக்கு மார்க்கத்தை நோக்கிச் சுமார் நூறு கெஜ தூரம் போனால் கீழ் வாசலும் சண்டை நடந்த இடங்களுந் தெரியும்.

படிகளை விட்டிறங்கி மேற்கே போகும் வழியாய்ச் சென்றால் மஹாராணியின் படைகளிருப்பதைக் காணலாம்.

முற்றிற்று.

புத்தபகவான்

ஸ்தௌத்யப் பத்து.

கீர்த்தனைகள்.

C. 1910

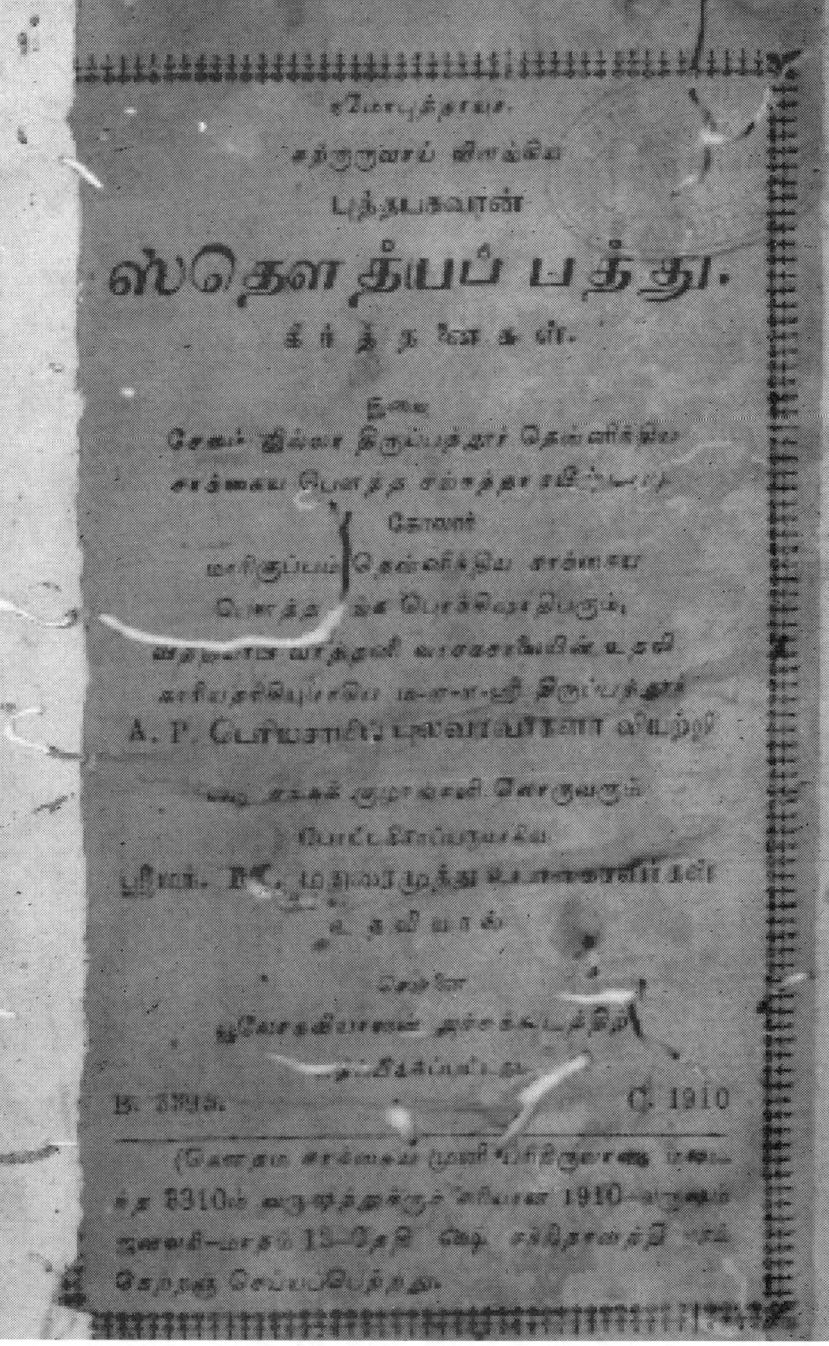

நமோ புத்தாயா.

சற்குருவாய் விளங்கிய

புத்த பகவான்

ஸ்தௌத்யப் பத்து.

கீர்த்தனைகள்.

இவை

சேலம் ஜில்லா திருப்பத்தூர் தென்னிந்திய
சாக்கைய பௌத்த சங்கத்தாரபீஷ்டப்படி

கோலார்

மாரிக்குப்பம் தென்னிந்திய சாக்கைய
பௌத்த சங்க பொக்கிஷாதிபரும்,

வித்தியாபி வர்த்தினி வாசக சாலையின் உதவி
காரியதரிசியுமாகிய ம—ள—ள—ஸ்ரீ திருப்பத்தூர்

A.P. பெரியசாமி புலவரவர்களா லியற்றி

சங்கக் குழாங்களிலொருவரும்

போட்டோகிராபருமாகிய

ஸ்ரீமந். வி. மதுரைமுத்து உபாஸகரவர்கள்

உதவியால்

சென்னை

பூலோக வியாஸன் அச்சுக்கூடத்திற்

பதிப்பிக்கப்பட்டது.

B.3395 **C.1910**

(கௌதம சாக்கைய முனி பரிநிருவாயமடைந்த 3310 ம் வருஷத்துக்குச் சரியான 1910 — வருஷம் ஜனவரி — மாதம் 13 — தேதி ஷ சந்நிதானத்தில் அரங்கேற்றச் செய்யப்பெற்றது.

மாரிக்குப்பம், தென்னிந்திய சாக்கைய பௌத்த

சங்காதிபர்கள்.

பொது அக்கிராசனாதிபதி	ஸ்ரீ M.ராகவர் அவர்கள்,	
அக்கிராசனாதிபதி	ஸ்ரீ M.Y.முருகேஸம்	„
உப அக்கிராசனாதிபதி	ஸ்ரீ I. கிருஷ்ணசாமி	„
காரியதரிசி	ஸ்ரீ C.குருஸாமி	„
உப காரியதரிசி	ஸ்ரீ P.முனுசாமி	„
பஜனை அக்கிராசனாதிபதி	ஸ்ரீ O.M.பாபு	„
பொக்கிஷாதிபர்	ஸ்ரீ A. P.பெரியசாமிப் புலவர்	„
பஜனை உபாத்தியார்	ஸ்ரீ N. ஐயாகண் பாவலர்	„

நன்குதவினோர் நாமதேயங்கள்.

ம — ள — ள — ஸ்ரீ வி. மதுரைமுத்து உபாசகர் போட்டோ கிராபர்

„	ச. சின்னதுரை	„	கன்றாக்டர்
„	ஏலகிரி முனிசாமி	„	„
„	**B.L.** உமாபதி	„	„
„	**M.P.** நயினாபாளையம்	„	„

கவனிப்பு : — இன்னும் அநேக கவுரதமெம்பர்க ளிருக்கிறார்கள். அவர்களுடைய நாமதேயங்களைப் பிரசுரிக்க இடமில்லாமல் நிறுத்தப்பட்டிருப்பதால் மன்னிப்பாராக.

"பூலோக வியாசன்" பத்திராதிபர்

தசாவதானம்

ஶ்ரீலஸ்ரீ. பூஞ்சோலை முத்துவீர நாவலரவர்கள்

கூறிய,

சிறப்பாசிரியம்.

உலகுயிர் பரமா யிலகிய நாத
னுலகிடை யுதித்தாங் குலகினின் மேவி

யுலகிய லறிந்தே யுலகுறு வடிவா
லுலகெலா பேத்தி நிலவிடு நீதன்

கருணைக் கடலான் கருநைப் போதன்
கருமைப் போக்கியிங் கருமையார் நீதன்

சில்லுயிர்த் தன்னுயிர்ப் பல்லுயிர்த் தன்னுயிர்
நல்லுயி ரன்ன வொல்கிய முன்னோன்

சத்தியஞ் சங்கம் நிதிதியந் தருமம
சத்தியங் கடிந்த நிதிதியம் விண்டோன்

முண்டகத் தமர்ந்தோன் கண்டகங் களித்திவ்
வண்டம் பலவு மெண்டிசை மனமா

வேத்திட நின்ற வேத்துத துடைத்து
மேத்துதல் வேண்டா தேத்தரு மஞ்சொன்

மாத்திர மின்றிச் சூத்திரம் பலமெய்ச்
சாத்திர மோதி யாத்ததன் னைத்தேர்

சகஸ்திர நாமன் குகஸ்திறப் பூபன்
அகஸ்திர நீத்திவ் விகஸ்தாங் கடந்த

பெரியோ னியார்க்கு முரியோ னெனதகத்
தரியோன் சங்கத் துரியோ னுணரும்

ஞானத் தவர்க்குமெஞ் ஞானக் குரவனஞ்
ஞானத் தவர்க்குமைஞ் ஞானங் கெடுப்பான்

பொய்க்கதை யாம்புரா ணக்கதைக் கொன்றான்
மொய்க்கதை விரிப்பார்க் கக்கணந் தெரிவான்

நற்பதந் தன்னைப் பொற்பவி ரிதய
விற்பனங் கொடுமெய்க் கற்பனை காட்டி

நந்தெரி யுண்ட மந்திசெவ் விளநீ
ருந்தும் பண்ணையு வந்திடும் பதியாந்

திருப்பத் தூர்பாற் றிருப்பத் துதித்த
விருப்பத் துடையா னொருப்பத் துப்பாட்

டாலணி விருத்தமு மேலணி கீர்த்தனைத்
தாலணி வகுத்துக் கோலமாய்த் தந்தசௌ

பாக்கியம் பாராவுஞ் சாக்கைய பௌத்த
யோக்கிய சபைநன் னோக்குட னுழைப்பான்

தேமலி தண்டமி ழேமலி பெரிய
சாமிப் புலமைநன் னாமசீர்த் தியனே

சென்னை "மஹா விகட தூதன்" பத்திராதிபர்,

ஸ்ரீமந் ஜி. கி. சுவாமிக்கண்ணு புலவரவர்கள்

யாத்த வெண்பா.

பூமி நசையொரீ இப் புண்ணியத்தைச் சார் பௌத்த
சாமிக்கு வேள் பெரிய சாமிசெய் — தோமில்லாப்
பத்தென்னுந் தௌத்தியத்தைப் பாடுநர்க்கும் கேட்குநர்க்கும்
பத்திநனி வந்துதிக்கும் பார்.

கமலமுனியே நம:

ஸ்தௌத்தியப்பத்து

காப்பு - நேரிசை வெண்பா.

முத்தை முடிதரித்து மும்மலங்க ளற்றுவிழ
சத்தை யறிந்து சதாசிவமாய் — முத்திவழி
போதிக்க வெண்ணியன்று பேதியடி வீற்றிருந்த
ஆதிக்கன் நற்றா ளடை.

நூல்.
பதினான்கு சீர்க்கழி நெடிலடி யாசிரிய விருத்தம்.

மாமேவுங் கபிலைபதி யரசாண்ட மன்னரில்
மண்முகன் றுணை வியான
மாயாவி நற்கருவி லுதித்திந்தக் கடமதின்
மாய்கையை யுற்று நோக்கி
காமேவும் வாழ்வெலா மனித்திய மென்றடர்
கானக மேகி யாங்கு
கண்டபல கனிச்சருகை யுண்டலைந் தருஞானங்
கடந்திட மௌனி யாகி
பூமேவு மரசடி யமர்ந்தரிய வொளியதைப்
பூரித் தடைந்த பின்னர்
பூவெலாங் கொய்கின்ற பொறையதர் ளடைவழி
போதிக்குமுன்ன டந்தாய்
தாமேவு மிருபிறப் பாளரா முனிவர்கள்
சாதிக்கு நற்ற வத்தால்
தகையுறுந் தங்கவயல் சாக்கைய பௌத்தர்தொழுஞ்
சற்குணானந்த குருவே.

உய்யிதிடு விதமதை யின்னதென் றறியாம
னுலகெலா மடிந்து பாடி
யுவனவாய்ப் பட்டிடுஞ் சிறுவுயிராகியு
முலவர லின்றி ஞான
மெய்யதைக் கண்டிடா வனமதி லனுதினம்
மேதகம் போற்றி ரிந்து
மெலிந்திளைப் பாரிட நிலையிலா துழல்கின்ற
வீணரைக் கண்டி ரங்கி

பொய்யதா லுறுகின்ற கெடுதிக ளனைத்தையும்
பொருமையா யுரைத்து கெட்ட
பொறையட ருளமெனுங் குன்றமதி லொளிவீச
பொது விளக்கேற்றி வைத்தாய்
தாய்மொழி கடவாத முனிவர்க ளனுதினஞ்
சாதிக்கு நற்ற வத்தால்
தகையுறுந் தங்கவயல் சாக்கைய பௌத்தர் தொழுஞ்
சற்குணா னந்த குருவே.

முன்பமதி னாற்பிறவி யடைகின்ற விதமதின்
துகளதை யறிய வெண்ணித்
துணையிலா வனமிடைத் துறவற மாகிநற்
சுகவழி கண்ட போழ்தில்
கன்மமதை ஜயித்தனென் றட்சண மெழுந்துளிர்க்
கனமௌன மாக நின்றுக்
கருவினை யறிவிக்கக் கருதிப்பல் லவரையுங்
களிப்புட னருக ழைத்து
துன்மதிய சுற்றசெய் தூழ்வலி யடைவிதஞ்
சுடாதாய் விளக்கிக் காட்டிச்
சுகம்பெரச் செய்வித்துச் சினவுத லில்லாத
துன்மயமாகி நின்றாய்
தன்மமதி லெந்நாளுஞ் சிந்தனை கொண்டிடுஞ்
சாரணர் நற்ற வத்தால்
தகையுனுந் தங்கவயல் சாக்கைய பௌத்தர் தொழுஞ்
சற்குணா னந்த குருவே.

கள்ளமெ னும்கொடிய கசடுநிறை கின்றபெரு
சுடமெடுத் திட்ட மாந்தர்
களவிலு மறவர்க் குழிய தனிடைந்
கசிந்திடு மூற்றைக் கண்டு
தள்ளிடும் வகையின்றித் தவரெனுந் தாகமாய்த்
தரணியிற் பானஞ் செய்து
தவிக்கின்றச் செய்கையை முற்றுமறி வித்திடத்
தயவுள மெழுந்த ணைத்து

உள்ளம தாகுநற் பொய்கையை வெட்டிநல்
லூக்கமென் னுங்க யிற்றால்
உறுதியைக் கட்டிபின் னுரிமையா யிலகசெய்
துண்மையை விளக்கி வைத்தாய்
சள்ளைசெய் கின்றகெடு மதியகற் றிடுமரியச்
சாரணர் நற்ற வத்தால்
தகையுறுந் தங்கவயல் சாக்கைய பௌத்தர் தொழுஞ்
சற்குணா னந்த குருவே.

அத்துவித முத்ததா யமலமலி ரூபமா
யறிவினி லாடும் பொருளை
அனந்தவித மாயமைத் தரியநிலை காணாம
லலைந்திடும் புவியி லன்று
சத்துடைய வானந்த மயவெளி யானின்று
சகலரு மோங்கு ஞான
சமணகலை யென்றிடுந் திரிபேத வாக்கியந்
தழைத்ததா லுண்மை நீடச்
சித்தியுறு மில்லறந் துறவற மிருமையுஞ்
சினமின்றி பகுத்துக் காட்டிச்
சிவமெனும் பொருளறிந் துய்திடச் செய்வித்து
சின்மய மாகி நின்றாய்
தத்துவ விசாரணை செய்திடு முனிவர்கள்
சாதிக்கு நற்ற வத்தால்
தகையுறுந் தங்கவயல் சாக்கைய பௌத்தர்தொழுஞ்
சற்குணா னந்த குருவே.

ஆதிதனில் வடமொழி யெனுஞ் சமஸ் கிருதத்தை
அவையினிற் பாணி னிக்கு
மகஸ்திய ருக்கரிய தமிழையு மோதிமெய்
யறத்தையும் பரவச் செய்த
நீதியறி வரசர்களனைவரு மரண்யுகா
நின்னடி பணிந்து வேண்ட
நிலமதிற் பவபொய்க் கொலைகள வகற்றியன்
னிலைபெறு மார்க்க மாருஞ்

சோதிதனி லுய்யவித்து நிருவாணத் திருவருள்
சுருதியி லுறுதி யாக
சோகமி லாதுரைத் திருவினைப் படுப்பதால்
சுகமதா நின்று விட்டாய்
சாதனைசெய் பிடகநெறி கடவாத முனிவர்கள்
சாதிக்கு நற்ற வத்தால்
தகையுறுந் தங்கவயல் சாக்கைய பௌத்தர் தொழுஞ்
சற்குணா னந்த குருவே.

பத்தியுள மாந்தர்கட் பரமனைத் தேடவும்
படம்விரித் தாடு நாகம்
பதம்பணீஇ ரிஷபமொடு மத்தகமொ டரியெலாம்
பதைத்தலைந் தங்கு வாட
சித்துநிலை யறியாரென் றகமதிற் புளகித்த
சிறுவர்கள் கண்டொ டுங்க
சிவ்வென்றெ ழுந்தன்று குண்டலங் கழற்றியத்
திருடர்கள் முன்னி றோன்றி
முத்துமொழிப் புகலாது மௌனமா யிருக்கைவர்
முடியதைச் சாய்த்து ஞான
மொய்யறம் விரும்பிய மூர்க்கருக் கரியநீதி
முதலதை யளித்து நின்றாய்
சத்யநிலை யனுதினமு மறவாத முனிவர்கள்
சாதிக்கு நற்ற வத்தால்
தகையுறுந் தங்கவயல் சாக்கைய பௌத்தர் தொழுஞ்
சற்குணா னந்த குருவே.

குற்றமதை யகற்றிநன் னீதிசெய் திடுங்கும்
குணமுற்ற பிம்ப சாரன்
குன்றிடா நகரிடைக் குளிர்ந்த கம லாக்சி பாய்க்
குனிநடைக் கண்ட வனவில்
பற்றுடைய அமைச்சர்கள் சூழ சென்றெதிர்
பரமபதிக் கிறைவ னென்று
பணிவுட னரமனைக் கழைத்திடச் சுகபோக
பயனிலச் செய்கை யோதி
மற்றவர்க் கனுகூல மென்றெண்ணிச் செய்திடும்
மாசுநிறை யாகந் தன்னால்

மாய்க்கநினை யுயிர்களை மீட்கமெய் யரமோதி
மடைமையைத் தவிர்க்க வைத்தாய்
சற்குணம காவுண்மை சிந்திக்கு முனிவர்கள்
சாதிக்கும் நற்ற வத்தால்
தகையுறுந் தங்கவயல் சாக்கைய பௌத்தர் தொழுஞ்
சற்குணா னந்த குருவே.

அட்சய னுனது திரு வடிகளைப் பணிந்தெழு
வன்பினா லணுகி நின்று
அனவரத மோங்கிடச் சத்யநன் நிலையதை
யறைகுலா யென்றி ரைஞ்ச
அட்சய மில்லையென் றமர்ந்திட விடையளித்
தமுதமொழி வாங்தி றந்து
அன்னை தந்தை பெண்டு பிள்ளைகற் றஞ்செல்வ
மநித்திய மாகு மென்றும்
நிட்சய மில்லாத பொய்யுடல ழிந்துருகி
நிலைகொளு மென்று மோன
நீதியைப் பகர்ந்து நற் சங்கத்தி லுய்யவித்து
நின்மல மாகி நின்றாய்
தட்சணத் திசையினில் வாழ்கின்ற முனிவர்கள்
சாதிக்கு நற்ற வத்தால்
தகையுறுந் தங்கவயல் சாக்கைய பௌத்தர் தொழுஞ்
சற்குணா னந்த குருவே.

காசினியிற் கொடுமைசெய் காமக்கு ரோதாதி
கசடெலா மறுத்துப் பஞ்சஸ்
கந்தத்தை யடக்கி விழிப்பார்வை யுற்றுமெய்க்
கருத்தறிவான முதலாய்
மாசிலா விரவுபல கற்றவிட மணுகிநன்
மதியெனத் துலங்கி யிந்த
மகிதலித் திடரின்றிச் சுகமுறத் தன்மத்தை
மங்காதெ டுத்து ரைத்துக்
காசிநதிக் கரையோர மார்கழி மதிக்கடை
கதியடைச் சயன முற்றுக்
காரணா காரபா பெருவெளிச் சோதியிற்
கலந்துரிய மாகி விட்டாய்
சாசுவத நிட்டையை யனுதின மறவாத
சாரணர் நற்ற வத்தாய்
தகையுறுந் தங்கவயல் சாக்கைய பௌத்தர் தொழுஞ்
சற்குணா னந்த குருவே.

பௌத்தமர்க் கீர்த்தனங்கள்.
கட்டளைக் கலித்துறை.

பார்த்தனம் பாரா விருளதி லன்றுப் பதிகடந்துச்
சீர்த்தன மென்னுஞ் சிவகதி யுற்றுச் சினந்தவிர்த்தத்
தார்த்தன நாதன் றிருவடி யென்றுந் தகைமையுறக்
கீர்த்தனம் பாடிக் கனவிலு மேத்தக் கிடைத்ததுவே.

இராகம் - அம்ஸத்வனி **ரூபக - தாளம்**

பல்லவி.
கமலமதனி லேறி ஸ்ரீ காரருகுணா கரனே!

அநுபல்லவி.
அமலத் தெழுதேவே ஸ்ரீ
அருக னென்னும் பாஸ்கரனே (கமல)

சரணங்கள்.
பலவுயி ரோங்க நினை! புருவயதினி லடவி — நாநினன்
நிலைவா வுணரரு! தவமீதாகி! போதகனா
கலித்திக்கிலே கோவே ஸ்ரீ
உலவுத் துங்கச் சூஸ்திரனே (கமல)

குறையதைப் போக்கியகம்! குலவிய நெறியுலவ — ஓதினன்
மறையே! வுனதடி! பெரியசாமிப் பாடிசதா
அவையிற் றெழ மூவா ஸ்ரீ
சபை விளங்கு மீஸ்வரனே (கமல)

இராகம் - கமாஸ் **ரூபக - தாளம்.**

பல்லவி.
அறம் பூத்தா யகிலாதரி அனிதா த்ருப் பிரபுவே.

அநுபல்லவி.
அறு சங்கமு மறியாதனி அகிலாவிடு மதி கயனே (அறம்)

சரணங்கள்.
ஸ்திதமேவித் தாகமே சார வுர தௌத்ய முதாரணா
தகவறிய தேவனே த்ராணி யோக விசத (அறம்)

இத்தல மீதிற் த்யான பேரா நல வைக்யமு னிகுணா
பல விடமு மாதியே பெரிய சாமிப் பணிய (அறம்)

இராகம் - தன்னியாசி **ஆதி - தாளம்.**

பல்லவி.

ஞானமே திரமையா (அருகையா)
சங்காஸ் தானமே தணிவரம்

அநுபல்லவி.

மனதீ காட்டா யுலகி லுறவி னோதா
சஞ்சலத் ரோத மதியுறா மௌத்ய (ஞான)

சரணங்கள்.

கருவிடா வாணிக் கடுமல மீறி
தரணித் தடுபடு மிம்சையு மாகி
முரணி வேறாகி ஸ்ரீ மாமுனிக் கோடி
த்யான தாக விருப்பு! கோதிடத் தாமாய் (ஞான)

நலமிலா வாது நகரினி லாவி
உலவிக் கனிவிடு வம்ஸம தாகி
விலகிச் சீராகி ஸ்ரீ நாமுக மோனு
த்யாக பாகப் பெரியசாமி யுய்ய (ஞான)

இராகம் - பைரவி **ரூபக - தாளம்.**

பல்லவி.

பதுமாசன மாதேவா! பல்லா ரணிப் பரிதகுணா

அநுபல்லவி.

சதியாமிட ரகல! சாதித்தரு நிலையக் கண்டவா (பது)

சரணங்கள்.

வாமரிஷி ஜனகமுத லாகப்பணி யத்தா நனி
க்ஷேமமிருவ நாத வொளித் தாவிமுன் னாதரி
ஆராய்ந்தமு டியலாவினை யாற்றிடுநற் பாரணிச்
சீராய்ந்தடி நீதமருகுந் த்யாக போதங் குலவ (பது)

போதியடி யெழுமுனிவா போதாமுத லத்தாதிரு
சோதியுலவ மாதித் தரு ஸ்ரீ நீலகண் டாதரி
நித்யமுத லருகாவினை நீத்திடுமத் யாதர
ஸ்ரீ பௌத்த பெரியசாமித் யானமாக பணிய (பது)

இராகம் - கமாஸ் **(ராகமாலிகா)** **ஆதி - தாளம்.**

பல்லவி.

சாந்த குணாகரனே! சாரணர் தொழும் (சாந்த)

அநுபல்லவி.

சாந்த விமலா தார ஜகாத் மனோத்ரு வாதரா (சாந்த)

சரணங்கள்.

பூமிதனி லுய்யும் வழி
சாமியறிஸ் தாபித்திடு! ததாகதநீ (சாந்த)

சிவப்பதி தவ னருகா
புவன மேலரி குருவா பவனியி லிலகிய (சாந்த)

தரும தயா பதிப் பரம
திருவதனாக் ருபகவா நிராயுதா! நிரஞ்சனா
நின்பத மோதிட நிருவிகற்பா! பெரு
நிலமதிலரிய (சாந்த)

ஸ்ரீ சங்கர நிறைச் சுகுணா தார
பங்கயத் திரிபுரா தகனா
ஸ்ரீதகன லோலச் சிமியரிக் கோலா
தகைபெரு மூலா தருமதிச் சீலா
சீதம்பதா தங்கப் ரதாப்த னேபந்த
போத மகற்றிடு பரகுரு நீ
சத்ஞானத் சித்தான முத்தான! மனோகரமாகிய
தவமான குருவுன் கதிபெறக் கருவியறி
ஸ்துதிசெய் திரிமணி தினமற வேனினி (சாந்த)

வாரமேறு மதி வாமச் சந்திரம்
பாரினிற் பெரிய சாமிப் பதம்
பாடிட நாடிடத் தீயோடிட
பன்னகச் சயன மமாநது போதித்த (சாந்த)

வாழி - விருத்தம்.

திரையிட ருலகி லாதிச் செம்மலாய்த் தோன்றி ஞான
உரைய மதி போலாகிக் கசடறு பகவன் வாழி
உரையட தன்ம மோது முறு திசேர் புத்த சங்க
மரையடர் முனிவ ரோடு மகிதலம் வாழி மன்னோ.

சம்பூரணம்.

நமோ தஸ்ஸ பஹவதோ, அறஹதோ, சம்மா, சம்புத்தஸ்ஸ.

ஆதிதிராவிடர் ஒற்றுமைக்கு ஆபத்து

சகோதரர்களே! இந்தியாவின் நெருக்கடியான இக்காலத்தில் ஒவ்வொரு சமூகத்தாரும் சாதியினரும் தங்கள் தங்கள் மதக் கொள்கைகளையும் சமூகக் கொள்கைகளையும் விடுத்து ஒன்றுகூடி, தங்கள் சமூகத்தின் முன்னேற்றத்திற்கு முனைந்து நின்று போராடுகையில் ஆதிதிராவிட மக்களில் சிலர் மதப்பிரிவினைகளைப் புகுத்தித் தாழ்த்தப்பட்டோரைப் பிரிக்க முயல்வது விசனிக்கத் தக்கதாகும். பௌத்த மதக் கொள்கையைத் தழுவிய சிலர் சுயமரியாதைக் கூட்டத்தாரைக் கொண்டு அனாவசியமாக பிராமணர்களின் சூழ்ச்சிகளை ஆதிதிராவிடர்களிடையே கூறி தங்கள் மதத்திற்கு ஆக்கம் தேடிக்கொள்வது கோழைத்தனமாகும். நவம்பர் மாதம் முதல் தேதி சென்னை வரதராஜபுரத்தில் கூடிய ஆதிதிராவிடர்கள் கூட்டத்தில் திரு. டி.வி.சுப்ரமணியம் பிள்ளையவர்கள் பேசுகையில், “ஆதிதிராவிடர்கள் கூட்டத்தில் பிராமணர்கள் சூழ்ச்சியைக் கூறுவது பிரயோஜன மற்ற தென்றும், ஜாதி இந்துக்கள் கூட்டத்தில்தான் சுயமரியாதைக் கொள்கைகளைக் கூறவேண்டுமென்றும்” சொன்னது சரியிலும் சரியே! மேலும், மேற்படிக் கூட்டத்தில் தோழர்கள் பொன்னம்பலனார் அவர்களும், குருசாமி அவர்களும், டி.வி.சுப்பிரமணியம்பிள்ளை யவர்களும், இந்து மதத்திலுள்ள ஊழல்களை வெளியிட்டு இந்து மக்கள் அவ்வூழல்களைக் களைந்து மனிதரை மனிதராக பாவித்து வாழவேண்டுமென்று செய்த பிரசங்கம் அறிவுடைய எவரும் பொன்னேபோல் போற்றத்தக்கதாகும். ஆனால், அவர்களைப் பின்பற்றி பிரசங்கம் செய்யவந்த கல்விமணந்தெரியாத சில பௌத்த முத்தண்ணாக்கள் ‘விபூதி அணிகிறவர்கள், திருடர்களென்றும், நாம மிடுகிறவர்கள் மோசக்காரர்களென்றும்’ வாயில் வந்தபடி பிதற்றியது, ஆதிதிராவிடர்களுக்கிடையே அதிருப்தியையும், துவேஷத்தையும் உண்டுபண்ணி யிருக்கிறது. அன்பையே அடிப்படையாகக் கொண்ட பௌத்த மதத்தைச் சார்ந்த இந்தப் புரட்டர்களின் அன்புதான் என்னே! மதம் என்பது மக்களுக்காகச் சில சட்டங்களையும், விதிகளையும் ஏற்படுத்தி அதன்படி நடப்பதற்கு உண்டான தென்று சுயமரியாதைக்காரர் கூறுகின்றனர். அது உண்மையெனினும், அச்சட்டங்களும், விதிகளுள்ளும் ஆபாசமானதும் அயோக்கியமானதுமான சட்டங்களையும் எடுத்தெறிந்துவிட்டு, புனிதமான வழியில் மக்களை நடக்கச் செய்ய வழிகாண்பிப்பதாகும். இதைவிடுத்து இந்துமதத்திலிருந்து வெளியேறுங்கள்! அப்பொழுதுதான் ஆதிதிராவிட மக்களாகிய உங்களுக்கு விமோசனமுண்டு என்று தற்காலத்து சீர்கெட்ட

பௌத்தர்கள் கூறுவது ஆண்மையா என்பதுதான் நமது கேள்வி. ஒரு தகப்பனுக்குப் பிறந்த நான்கு சகோதரர்களுக்குள் ஒரு சகோதரனுக்கு மற்ற மூன்று சகோதரர்களும் சேர்த்துக்கொண்டு எவ்வித உரிமையும் அந்தஸ்தும் கொடுக்காமல் புறக்கணித்து வந்தால் அன்னவனுடைய கடமை என்ன? தன்னுடைய உரிமையையும் அந்தஸ்தையும் விட்டு விட்டு அவர்கள் ஓடிவிடுவதா? அல்லது சகோதரர்களோடு சமதர்மம் போர்புரிந்து தன் உரிமையையும் அந்தஸ்தையும் மீண்டும் பெற்று சுயமரியாதையோடு வாழ்வதா? உரிமையைப் பெறாமல் வெளியேறுவானாகில் சுயமதிப்பும் சுயமரியாதையும் உடையவனென்று பிறர் கருதுவார்களா கருதவே மாட்டார்கள். இத்தன்மையைப் போன்றே தற்காலத்து ஆதிதிராவிட இந்துக்களின் நிலைமையும். அவர்களுக்கு ஆதிதிராவிட பௌத்தர்கள் செய்து வரும் போதனையு மிருக்கின்றது. காங்கிரசில் பார்ப்பனர்கள் கூட்டமென்றும் திரு காந்தியவர்கள் வர்ணாசிரமத் தலைவரென்றும் தாழ்த்தப்பட்டோருக்கு சமபங்கும் உரிமையும் கொடுக்க மறுக்கின்றனரென்றும் கூறி, அன்னவர்களின் மேல் கண்டனத் தீர்மானமும் நம்பிக்கையில்லாத் தீர்மானமும் பிறப்பித்து சமஉரிமைக்குப் போராடும் இந்தப் பௌத்தர்கள், அரசியலில் சமஉரிமை கொடுக்க மறுக்கின்றனரென்று ஏன் இந்தியாவை விட்டு பிரதேசங்களுக்கு வெளியேறி விடக்கூடாது. அரசியலில் சம உரிமை பெற போராடுகையில் ஏன் மத உரிமைகளைப் பெறவும் போராடவும் கூடாது? சகோதரர்களே! வெண்ணைத் திரண்டுவரும் சமயத்தில் தாழி உடைந்தாற் போல் தாழ்த்தப்பட்டோர்க்கு கோயில் பிரவேச உரிமையும் மற்றும் சமத்துவமும் கொடுக்க யோசித்துவரும் இக்காலத்தில், ஆதிதிராவிடர்களை வேறு மதங்களுக்குக் கொண்டுபோக சில கோடாரிக் காம்புகள் முயற்சி செய்து வருகின்றன. இந்தச் சமயத்தில் நாம், மதம் மாறினால் அரசியல் ஆதிக்கமும் உரிமையும் குறைந்து விடும் ஆகையால் சகோதரர்களே, இப்பேர்ப்பட்டக் கூட்டங்களுக்கு இடங் கொடுக்காமலும், பௌத்தர்களுடைய குறும்புக்கு இரையாகாமலும் இருப்பதோடு, இனிமேல் ஆங்காங்கு ஆதிதிராவிடர்கள் மத பேதமின்றி கூட்டங் கூடி இத்தகைய செயல்களைக் கண்டித்து ஒற்றுமையோடு உரிமைப் பெற முயல்வீர்களாக.

திராவிடன், 06 நவம்பர் 1931, ப. 2.

பவுத்த நூற்பட்டியல்

1. சி.வி. சுவாமிநாத அய்யர், "புத்தரது திவ்வியசரித்திரம்', (1897), பக்.146. இந்தப் புத்தகம் எட்வின் அர்னால்டு ஆங்கிலத்தில் எழுதியதை அடியொற்றி தமிழில் எழுதப்பட்டு விவேக சிந்தாமணி பத்திரிகையில் 1896—1897ஆம் ஆண்டுகளில் வெளியானது பின்னர் 1897ஆம் ஆண்டு சி.வி.சுவாமிநாத அய்யர் பதிப்பித்தார்.

2. எஸ். ஆல்காட், புத்தமத வினாவிடை (அடையாறு: தியாசபிகல் சொசைட்டி, 1905), பக். 45.

3. ஏ.பி. பெரியசாமிப் புலவர், புத்தபகவான் ஸதௌத்யப் பத்து (சென்னை: புலோகவியாஸன், 1910), பக். 12.

4. க. அயோத்திதாஸப் பண்டிதர், பூர்வத் தமிழொளியாம் புத்தரது ஆதிவேதம் (சென்னை: கௌதம வச்சியந்திரசாலை, 1912), பக். 296.

5. அ. மாதவையர், சித்தார்த்தன் (சென்னை: சுதேசமித்திரன், 1918), பக். 168.

6. சி.டபிள்யு. லெட்பீடர், பி.எஸ்.இராமசுப்பையர் (மொ—ர்), பௌத்தமத பாலபோத வினாவிடை (மெட்ராஸ்: பெசன்ட் பிரஸ், 1923), பக்.35.

7. சி. டபிள்யு. லெட்பீடர் சிங்கள மொழியில் தொகுத்த பௌத்த சிசுபோதாய் நூலை பி.எஸ். இராமசுப்பையர் தமிழில் மொழியாக்கம் செய்து 1923ஆம் ஆண்டு வெளியிட்டார்.

8. எஸ்.எஸ். அருணகிரிநாதர், புத்தர் சரிதம் (மதுரை, 1946, முதல் பதிப்பு 1932), பக். 104.

9. உ.வே.சாமிநாதையர், புத்தசரித்திரம், பௌத்ததருமம், பௌத்தசங்கம் (சென்னை: கம்மர்ஷியல் அச்சுயந்திரசாலை, 1925, பக். 152.

10. திரு வி.கல்யாணசுந்தர முதலியார், தமிழ் நூல்களில் பௌத்தம் (சென்னை: சாது அச்சுக்கூடம், 1929), பக். 48.

11. நில்வக்கே ஸோமநந்தா, புத்தர் (சென்னை: மகாபோதி

ஆசிரமம்), 1950, பக். 23

12. நில்வக்கே ஸோமநந்தா, தம்ம பதம் (சென்னை: மகாபோதி ஆசிரமம்),1950, பக். 232.

13. மயிலை சீனி வேங்கடசாமி, பௌத்தக் கதைகள் (சென்னை: தென்னிந்திய சைவ சித்தாந்த நூற்பதிப்புக் கழகம்), 1952, பக். 124.

14. மயிலை சீனி. வேங்கடசாமி, பௌத்தமும் தமிழும் (சென்னை: தென்னிந்திய சைவ சித்தாந்த நூற்பதிப்புக் கழகம்), பக். 54.

15. எம்.இ.வீரபாகு பிள்ளை, புத்தர் வரலாறு (சென்னை: ஒற்றுமை நிலையம், 1952, பக். 54.

16. ப. ராமஸ்வாமி, பௌத்த தருமம் (திருநெல்வேலி: ஹிலால் பதிப்பகம், 1956), பக். 220. இவர் போதி மாதவன், புத்த ஞாயிறு, புத்தர் போதனைகள், தம்மபதம் ஆகிய நூற்களையும் எழுதினார்.

17. எஸ்.என்.சொக்கலிங்கம், புத்தர் வரலாறு (சென்னை: சென்னை கல்வித்துறை வெளியீடு, 1956, பக். 18)

18. தோ.ந.வீரராகவன், மகாத்மா புத்தர் (நாகப்பட்டினம்: இமயப் பதிப்பகம்), 1957, பக். 96.

19. ஜி. மைக்கேல், அருளரம் பூண்ட அண்ணலார் (நாகர்கோவில்: ஜெகசெல்வன் கம்பெனி, 1959), பக். 103.

20. சௌரி, புத்தர் கதைகள் (சென்னை: மல்லிகைப் பதிப்பகம், 1961, பக். 82.

21. அரு. ராமநாதன், புத்தர் பொன் மொழிகள் (சென்னை: பிரேமா பிரசுரம், 1962, பக். 104.

22. டாக்டர் எஸ். ராதாகிருஷ்ணன், வி.எஸ்.வி.ராகவன் (மொ—ர்), கௌதம புத்தர் (சென்னை: தாமரை பதிப்பகம், 1963), பக். 118.

23. கே.எஸ்.லட்சுமணன், புத்தரின் வாழ்வும் வாக்கும் (சென்னை: மனோன்மணி புத்தக நிலையம், 1967, பக். 60.

24. மா.வே.மணி, சித்தார்த்த கௌதம புத்தர் (சென்னை: மாருதி பதிப்பகம், 1967, பக். 154.

25. செ.பொன்னுசாமி, சாக்கிய முனி (தஞ்சாவூர்: மகாலிங்கம் அச்சம், 1971), பக். 100.

26. நா.வானமாமலை, பண்டையவேதத் தத்துவங்களும் வேத

மறுப்புப் பௌத்தமும் *(சென்னை: மக்கள் வெளியீடு, 1976, பக். 184).*

27. லேனா தமிழ்வாணன், புத்தபிரானின் வாழ்வும் வாக்கும் *(சென்னை: மணிமேகலைப் பிரசுரம், 1984, பக். 76.*